யூதாஸின் நற்செய்தி

யூதாஸின் நற்செய்தி

கே.ஆர். மீரா

தமிழில்

மோ. செந்தில்குமார்

எதிர் வெளியீடு

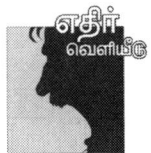

யூதாஸின் நற்செய்தி

மலையாள மூலம்: கே.ஆர். மீரா

தமிழில்: மோ. செந்தில்குமார்

முதல் பதிப்பு: ஜனவரி 2023

இரண்டாம் பதிப்பு: ஜூலை 2025

எதிர் வெளியீடு,
96, நியூ ஸ்கீம் ரோடு, பொள்ளாச்சி – 642 002
தொலைபேசி: 04259 226012, 99425 11302

விலை: ரூ. 200

Yudasinte Suvisesham
Yudhasin Narseithi
K.R. Meera
Translated by M. Senthilkumar

Copyright © K.R. Meera
Translation Copyright © M. Senthilkumar
First Edition: January 2023
Second Edition: July 2025
Published by
Ethir Veliyeedu, 96, New Scheme Road, Pollachi – 2
email: ethirveliyedu@gmail.com
www.ethirveliyeedu.com

ISBN: 978-81-960244-2-0
Cover Design: Santhosh Narayanan
Printed at Jothy Enterprises, Chennai.

All rights reserved. No part of this book may be reprinted or reproduced or utilised in any form or by any electronic, mechanical or other means, now known or hereafter invented, including photocopying and recording, or in any information storage or retrieval system, without permission in writing from the Publisher.

மோ. செந்தில்குமார்
மொழிபெயர்ப்பாளர்

கோவை, மேட்டுப்பாளையம் அரசு கலை அறிவியல் கல்லூரியில் தமிழ்ப்பேராசிரியராகப் பணியாற்றிவரும் மோ. செந்தில்குமார், 'பெயல்' என்ற நேர்மையான ஆய்விதழின் முதன்மை ஆசிரியராக இயங்கிவருகிறார். மலையாளத்தில் ஆகச்சிறந்த படைப்பாகப் போற்றப்படும் கே.ஆர். மீரா அவர்களின் சாகித்திய அகாதெமி விருதுபெற்ற 'ஆராச்சார்' (2022) புதினம் இவரால் மொழிபெயர்க்கப்பட்டு சாகித்திய அகாதெமியால் வெளியிடப்பட்டுள்ளது. மேலும், எதிர் வெளியீடாக கே.ஆர். மீரா அவர்களின் 'கபர்' (2022), 'மீராசாது' (2023) ஆகிய புதினங்களைத் தமிழுக்குக் கொண்டுவந்துள்ளார். மலையாளத்திலிருந்து சிறுகதைகள் கவிதைகள் பலவும் இவரால் மொழிபெயர்க்கப்பட்டு இலக்கிய இதழ்களில் வெளிவந்து கொண்டிருக்கின்றன.

மொழிபெயர்ப்பாளர் முன்னுரை

சரவணன் மாணிக்கவாசகம் அவர்களின் முகநூல் பதிவில், "நாவலுக்குப் பொறிகள் போதுமானவையில்லை, மரங்களைச் சாய்த்துத் துவசம் செய்யும் காட்டுத்தீ வேண்டியதாகிறது" என்ற வரிகளை வாசித்தபோது கே.ஆர். மீராதான் நினைவுக்கு வந்தார். யூதாஸின் நற்செய்தி புதினத்துக்குள் ஒரு காட்டுத்தீ ஏரி நீரின் அடியாழத்திலிருந்து பற்றிப் படர்கிறது.

"இது காதலின் கதையும் அல்ல. புரட்சியின் கதையும் அல்ல. அதெல்லாம் எத்தனையோபேர் சொல்லி முடித்துவிட்டார்கள். இது சவங்களின் கதை. முதலைகளைப் போன்று கவிழ்ந்து மிதக்கின்ற சவங்களைத் திருப்பிப் போடும்போது, கவனமாக இருங்கள், மீன்கள் கொத்தி இழுத்த முகங்கள் மாரடைப்பை உண்டாக்கும்" என்று கதையின் அறிமுகத்திலேயே வாசகரை விழிபிதுங்க வைக்கிறார் கே.ஆர். மீரா.

அன்றைய பிரதமர் இந்திராகாந்தி 1975இல் நடைமுறைக்குக் கொண்டுவந்து 1977இல் திரும்பப் பெற்றுக்கொண்ட நெருக்கடிநிலைக் காலத்தின் வலிகள் நிறைந்த வரலாற்றைப் பலரும் எழுதித் தீர்த்துவிட்டார்கள். அந்த வரலாற்றின் கங்குகள் இன்னும் சமூகத்தில் சிதறிக் கிடக்கின்றன. அந்தக் கங்குகளில் ஒன்று, மலையாளக் கவிஞர் அனிதா தம்பி அவர்கள் சொல்லிய ஒற்றை வாக்கியம்: "நக்சலைட் ஒருவர் தன்னைக் காவல்துறையினர் சித்தரவதை செய்தபோது தனக்குத் தெரிந்த உண்மைகளைச் சொல்லிவிட்டதால் உண்டான கொடும் குற்ற உணர்வில் வாழ்ந்துகொண்டிருப்பதாகக் கேள்விப்பட்டிருக்கிறேன்" என்பதாகும். இந்தக் கங்கிலிருந்து வரலாற்றின் பக்கங்களுக்குள் பயணித்து ஒரு அற்புதமான கதையை கே.ஆர். மீரா உருவாக்கிக் கொடுத்துள்ளார்.

வரலாற்றை, அதைக் கட்டமைத்த ஆதிக்கத் தரப்பிலிருந்தும் பாதிக்கப்பட்டவர்களின் தரப்பிலிருந்தும் ஒருசேர எழுதிப்பார்க்கும் ஒரு விளிம்புநிலை வரலாற்று எழுத்தியலை இந்த நாவல் மிகச்செறிவாக வெளிப்படுத்துகின்றது. இரண்டு எல்லைகளுக்கு இடையே உள்ள இடைவெளியை ஒரு பெண்ணின் வாழ்க்கையைக் கொண்டு நிறைத்திருக்கும் நுட்பம் அலாதியானது. அவள் சிறுமியாக இருந்த காலத்திலிருந்து தனது முப்பத்தைந்தாம் வயதுவரை கரைகாண முடியாத அந்த வரலாற்று எச்சங்களின் பேரலைகளுக்குள் சிக்கி மூச்சு முட்ட அலைந்து திரிகிறாள்.

எல்லா நீர்நிலைகளிலும் பிணங்கள் மிதக்கின்றன. அந்தப் பிணங்களை எடுப்பதற்காக ஒருத்தன் தண்ணீரிலேயே கிடக்கிறான். தண்ணீரிலேயே வாழ்கிறான். தண்ணீருக்குள் கிடந்தும் அவனது தொண்டை வறண்டே கிடக்கிறது. தீராத தாகம் அவனை வாழ்நாள் முழுதும் வாட்டியெடுக்கிறது. தண்ணீருக்குக் கொடுத்ததைத் தண்ணீரிடமிருந்தே எடுக்க வேண்டும் என்ற அவனது கனவு வாழ்க்கைக்குள் நுழையும் 15 வயது கதைநாயகியின் அலைச்சலும் மன உளைச்சலும் இறுதியில் தானும் ஒரு நக்சலைட் ஆகிவிட்டதான மனநிலையும் ஆதிக்க அதிகாரச் சமூகத்தின் கோர முகங்களைக் கிழித்துத் தொங்கவிடுகின்றது.

பெண் இல்லாத ஒரு வரலாறு உண்டா? ஆனால் எல்லா வரலாறுகளும் ஆண் வரலாறுகளாகவே எழுதப்பட்டுள்ளன. இங்கே வலிமை நிறைந்த பெண்ணைப் படைத்து நெருக்கடிநிலைக்கால வரலாற்றுக் காலத்துக்குள் உலவவிட்டுள்ளார். அந்தப் பெண்ணின் வீரியத்தைச் சுமந்துவரும் புதிய தலைமுறைப் பெண்ணையும் ஆதிக்க சக்திகளின் கொடுங்கோன்மையைத் தாளாது கொதிக்கும் கதை நாயகியையும் இந்தச் சமூக வரலாற்று எழுத்தில் உயிர்ப்போடு நடமாடவிட்டிருக்கிறார்.

புரட்சி ஓய்ந்துபோவதில்லை. அது எங்கோ ஒரு மூலையில் சாதாரண மனிதர்களிடத்தில் கனன்றுகொண்டே இருக்கும் என்பதையும் இந்தக் கதை மிகத்தெளிவாகக் கோடிட்டுக் காட்டுகிறது. 'மிஸ்டர் கலெக்டர்' என்று உரத்துச் சொல்லும் அந்த இளம்பெண்ணின் குரலில் அந்தக் கனல் கனன்று எரிகிறது. கொடூரமாக ஒடுக்கப்படுவோம் என்று தெரிந்தும்கூட தங்களுக்கான விடுதலை போராட்டத்தால் மட்டுமே சாத்தியம் என்பதை உணர்ந்துள்ள ஒரு சமூகத்தின் அவலத்தைக் கண்டும் காணாது கடந்து சென்றுவிட முடியாத ஒரு நெருக்கடி நிலைக்கு வாசகரைத் தள்ளிவிடும் நுட்பம் இந்த நாவலுக்குள்

செறிவுற்றிருக்கிறது. போராளிகள் தோற்றுப்போனாலும் புரட்சியின் நெருப்பு அணைவதேயில்லை என்ற மாற்றமுடியாத உண்மையை இப்புனைவு உறுதிப்படுத்துகிறது.

புனைவுக்குள் வரலாற்றையும் தொன்மக் குறியீடுகளையும் உள்ளடக்கி, புனைவின் கலைத்தன்மை குறையாது வாசகரை வாசிப்பின் கரைகாணமுடியாத ஆழத்தில் மூழ்கடித்துவிடும் ஓர் உன்னதம் கே.ஆர். மீராவின் எழுத்தில் மிளிர்கிறது. வலிந்து திணிக்காமல், ஒட்டாமல் ஓரமாக நிறுத்தி வைக்காமல், பழந்தொன்மங்களை நிகழ்காலத்திற்கு உரியதாக மாற்றிவிடும் பக்குவம் நிறைந்த ஒரு எழுத்தாளராக கே.ஆர். மீரா தனித்து அடையாளப்படுகிறார். யூதாஸ் தொன்மமும் நெருக்கடிநிலைக்கால வரலாறும் காதலின் பெருவலியும் கலந்த ஓர் உன்னதம் இந்தப் புதினம்.

இந்தப் புனைவின் அடியாழத்துக்கு மூழ்கிச் சென்று மூச்சு முட்டும் அனுபவத்தைப் பெற்று, அதற்குள்ளாகவே மூழ்கிப்போய்விடுகின்ற ஓர் அனுபவத்தை யார்தான் வேண்டாம் என்று சொல்வார்? இந்த நாவலைப் படித்து முடிக்கும்போது வாசிப்புத் தாகம் அடங்காமல் தொண்டை வறண்டுபோகின்ற மனநிலையை உணராமல் இருக்கமுடியாது.

ஒவ்வொரு புனைவிலும் ஒரு தனித்துவமான முன்மாதிரியை உருவாக்கிவிடும் மகத்தான எழுத்தாளர் கே.ஆர். மீரா அவர்கள் தொடர்ந்து நான்காவதாக இந்தப் புதினத்தை மொழிபெயர்க்கும் வாய்ப்பை எனக்குக் கொடுத்தமைக்காக நன்றி பாராட்டிக்கொள்கிறேன். 'யூதாஸின் நற்செய்தி' புதினம், திரு. ராஜேஷ் ராஜ்மோகன் அவர்களால் மொழிபெயர்க்கப்பட்டு ஆங்கிலத்தில் (2017) வெளிவந்துள்ளது.

தொலைவிலிருந்தாலும் எப்போதும் அருகிருந்து இயக்கிக் கொண்டிருக்கும் எனது ஆசிரியர் கவிஞர் சிற்பி பாலசுப்பிரமணியம் அவர்களுக்கு எனது உள்ளன்பு நிறைந்த நன்றிகள்.

எனது மொழிபெயர்ப்புச் செயல்பாட்டில் செம்மைப்படுத்தும் பணியில் தொடர்ந்து உதவிவரும் அன்புத்தோழமைகள் பேரா. ப. விமலா, பேரா. மு. புவனேஸ்வரி, பேரா. த. விஜயலட்சுமி ஆகியோருக்கும் அன்புத்தோழர்கள் அரவிந்த் வடசேரி (எழுத்தாளர், மொழிபெயர்ப்பாளர்), பேரா. அ.சு. மோகனகிரி ஆகியோருக்கும் எனது நன்றியும் அன்பும்.

எனது ஊக்கசக்தியாக இருக்கும் என் தோழனும் மகனுமான செ. தருண்குமாருக்கும் அன்புத் தாயார் மோ. வேலம்மாள் அவர்களுக்கும் எனது நன்றிகள்.

கே.ஆர். மீராவின் புதினங்களைத் தொடர்ந்து வெளியிடுவதில் ஆர்வமும் அக்கறையும் கொண்டு என்னை மொழிபெயர்ப்புச் செய்யவைத்து வரும் எதிர் வெளியீடு பதிப்பகத்தாருக்கு எனது உள்ளம் நிறைந்த நன்றிகள்.

மோ. செந்தில்குமார்
90420 33413

காட்டிக்கொடுப்பவனுக்கு ஒருபோதும் உறக்கம் வராது. பசியடங்குவதோ தாகம் தணிவதோ இல்லை. தண்ணீரில் மூழ்கிக் கிடந்தாலும் அவனுடைய உடலின் புகைச்சல் அணையாது. மூக்கு முட்டக் குடித்தாலும் அவனுடைய உணர்வு தப்பிப்போவதில்லை - முதலை யூதாஸின் வாழ்க்கையிலிருந்து நான் படித்த பாடம் இது. எங்களுடைய ஏரியில் மூழ்கி இறப்பவர்களின் சவங்களை மூழ்கி எடுப்பதுதான் அவனுடைய தொழில். எந்தக் கிராமத்திலும் சவங்களை மூழ்கி எடுப்பதற்காக மட்டுமே வாழ்ந்துகொண்டிருக்கும் ஒரு ஆள் இருப்பான். எங்களுடைய ஏரியிலோ நாளும் சவங்கள் போட்டிபோட்டுக்கொண்டு மேலே வந்தன. முதலை யூதாஸ் எப்போதும் அவசரமாக இருந்தான். சவங்களைக் கரை சேர்த்துக் கூலி வாங்கி முடித்ததும் அவன் சாராயக்கடைக்குப் போனான். மூக்கு முட்டக் குடித்துவிட்டு உணர்வு பிசகாமல் திரும்பி வந்து, ஏரியில் கழுத்தளவு நீரில் மூழ்கிக் கிடந்தான். ஏரிக்கரையில், ஊதா நிறமுள்ள களம்பெட்டிகளும் தவிட்டு நிறமுள்ள காக்கைப்பூக்களும் பூத்துக்கிடக்கின்ற குன்றின் சரிவில் பிணக்கல்லறை போன்று ஜன்னல்கள் இல்லாத ஒரு குடிசை இருந்தது அவனுக்கு. சவத்தைப் பிடித்துக் கரைசேர்க்கின்ற குளிக்கும் நீர்த்துறையில் பாவாடையை மார்புக் கச்சையாகக் கட்டிக்கொண்டு பெண்கள் நனைந்து ஒட்டிய உடல்களோடு துணி துவைக்கவோ இஞ்ச[1] தேய்த்துக் குளிக்கவோ செய்கின்ற உச்சிப்பொழுதுகளில் அவன் இளவட்டங்களுக்குக் காம வித்தையைக் குறித்து வகுப்பெடுத்துக்கொண்டிருந்தான்.

1 ஒரு முட்செடி. உடலில் உள்ள அழுக்கைப் போக்குவதற்கு இதன் தோல் சோப்புக்கு மாற்றாகப் பயன்படுத்தப்படுகிறது. தமிழில் காட்டுச்சிகை, ஈங்கை, இண்டங்கொடி என்று பலவாறு அழைக்கப்படுகிறது.

அப்போதெல்லாம் சவங்கள் குப்புறக் கவிழ்ந்து மிதந்தன. இப்போதைய நிலை தெரியாது. ஏரியின் பச்சை நிறம் மினுங்கும் அலைகளில் வாழைத்தண்டு போலவோ வெளுத்த முதலை போலவோ வெளுத்து வெளிறிப்போன சவங்கள் தொட்டிலாடிக் கிடந்தன. முதலை யூதாஸ் சவத்தை மிதக்கும் கட்டையாக்கி நீந்திக் கரைசேர்வான். பாதி கரையிலும் மீதி தண்ணீரிலுமாக அதைப் போட்டுவிட்டு அவன் மூச்சுவாங்கிக்கொண்டு துவைக்கும் கல்லின்மேல் உட்கார்ந்து கஞ்சா பீடி பற்றவைப்பான். தண்ணீரில் இருந்து ஏறிவரும்போது அவனுடைய வெளுத்த உடல் கருவளித்து நீலமாகிப்போகும். அவனைச் சுற்றிலும் கஞ்சா புகை ஒரு அசாதாரணமான வெளிச்சத்தை நிறைக்கும். போலீஸ்காரர்களுக்கு வேண்டி இடது காலை நீட்டி அவன் சவத்தின் முகத்தைத் திருப்பிப் போட்டுக் காட்டுவான். கொன்றது நான்தான் - அவன் பெருமிதத்தோடு அறிவிப்பான் - 'இந்தப் பிணத்தை என் பேரில் எழுதிக்கோ.' போலீஸ்காரர்கள் அதைக் கேட்டதாகக் காட்டிக்கொள்ள மாட்டார்கள். அப்போது அவன் அவர்களைக் கெட்டவார்த்தையில் வசைபாடுவான். 'புரட்சி வெல்லுமடா நாய்களே, நக்சல்பாரி ஜிந்தாபாத். சாமார்த்தியம் இருந்தா அரஸ்ட் பண்ணுங்கடா.'

அவனுடைய வார்த்தைகளுக்கு யாரும் முக்கியத்துவம் கொடுக்கவில்லை; என்னைத் தவிர. அது ஆயிரத்தித் தொள்ளாயிரத்தி எண்பத்தைந்து. நெருக்கடிநிலைக் காலத்தில் எனக்கு ஐந்து வயதுதான் ஆகியிருந்தது. அதைப்பற்றியெல்லாம் எனக்கு அறிவோ நினைவோ இருந்ததில்லை. ஆனால், இந்திராகாந்தி நெருக்கடிநிலையைத் திரும்பப் பெற்றுக்கொண்டும்கூட எனது வீட்டில் நெருக்கடிநிலை நிலைத்திருந்தது. நாவை அடக்கு, வேலையைச்செய், அதிக உழைப்பு குறைந்த சப்தம் முதலான உத்தரவுகள் எப்போதும் என்னை நோக்கிக் கண்களை உருட்டின. குழந்தைப் பருவம் முதல் சிரிப்பதற்கோ பிற குழந்தைகளோடு சேர்ந்து விளையாடுவதற்கோ அனுமதிக்கப்படவில்லை. விடுதலையைச் சாத்தியமாக்கக்கூடிய ஒரு நக்சலை நான் எப்போதும் கனவு கண்டேன். எங்களுடைய ஃப்யூடல் நாலுகெட்டு[2] வீட்டில் அயனிப்பலா மரத்தில் செய்த மஞ்சள் மேற்கூரையுள்ள எனது அறையில் உறங்குவதற்காகப் படுத்திருக்கும்போது

2 பணக்கார உயர்சாதி நிலவுடைமையாளர்கள் வாழ்ந்த நடுமுற்றத்துடன் கூடிய பாரம்பரியமான கேரள வீடு.

இருட்டில் குரல் தாழ்த்தி 'நக்சல்பாரி ஜிந்தாபாத்' என்று நான் உருவிட்டேன். தொழுவத்தில் மாடுகள் கால்களை அசைக்கவோ வைக்கோலைப் புரட்டிப்போடவோ செய்யும்போதெல்லாம் அவன் வருகிறான் என்று நான் உத்வேகத்துடன் காதுகொடுத்துக் கேட்டேன். எங்கே! ஒரு நக்சலைட்டும் வரவில்லை. என்னை மூச்சுமுட்டவைத்த பாசிச அரசாங்கத்தை யாரும் பிடுங்கி எறியவில்லை. பாசிசத்துக்கு அறைகூவல் விடுத்துக்கொண்டு, எனது உடலில் காதலின் ஹார்மோன்கள் கலகம் செய்யத் தொடங்கியிருந்தன. காதலிப்பதற்கு ஒரு நக்சலைட்டுக்குக் குறைவான ஒருத்தனையும் நான் ஆசைப்படவில்லை. முதலை யூதாஸ் என்னுடைய கொடூரமான கனவுகளில்கூட வரவில்லை. ஆனால், அது அப்படி நடந்துவிட்டது. அப்படியென்றால், இது எனது காதலின் கதையல்ல. காதலினுடையதும் கண்ணீரினுடையதும் கதைகளைக் கேட்டுக் கேட்டு, உவ்வே, நான் வாந்தியெடுத்தேன். இது புரட்சியின் கதையுமல்ல. அதெல்லாம் எத்தனையோபேர் சொல்லி முடித்துவிட்டார்கள். இது சவங்களின் கதை. முதலைகளைப் போன்று கவிழ்ந்து மிதக்கின்ற சவங்களைத் திருப்பிப் போடும்போது, கவனமாக இருங்கள், மீன்கள் கொத்தி இழுத்த முகங்கள் மாரடைப்பை உண்டாக்கும்.

ஒன்று

கக்கயம் முகாமில் இருந்த போலீஸ்காரர்களில் ஒருவராக இருந்தார் எனது அப்பா. நெருக்கடிநிலைக் காலத்துக்குப் பிறகு அப்பா வேலையை ராஜினாமா செய்துவிட்டுத் திரும்பி வந்தார். பின்னர் அப்பா உருட்டியது அம்மாவையும் மூன்று பிள்ளைகளான எங்களையும் தான். சித்தரவதை செய்து ஆசை தீராத கைகளாக இருந்தன அப்பாவுடையவை. குழந்தையாக இருக்கும்போதே என்னுடைய கை கால்களைச் சேர்த்துக் கட்டி அப்பா கால்பந்து விளையாடியிருக்கிறார். அப்பாவுக்குத் தூக்கம் வந்ததில்லை. மது குடிக்கின்ற வேளைகளில் தொட்டுக்கொள்வதற்கு ஊறுகாய்க்குப் பதிலாக அப்பாவுக்குப் பிடித்தது பழைய லாக்கப் சித்ரவதையின் கதைகளாக இருந்தன. அம்மாவையும் எங்களையும் அட்டன்ஷன் நிலையில் நிற்கவைத்து அப்பா தான் லாக்கப்பில் போட்டுக் கொன்றவர்களின் கதைகளைத் திரும்பத் திரும்ப உருவிட்டார். கே. ராஜனையும் பி. ராஜனையும் சின்ன ராஜனையும் ரப்பர் பால் எடுக்கும் தொழிலாளி ராஜனையும் எனக்குச் சிறுவயதிலேயே அறிமுகமானது அப்படித்தான். சின்ன ராஜன் ஒரு பள்ளிக் கட்டடத்தில் செத்துக்கிடந்தார். அதைப்பற்றிச் சொல்லும்போது அப்பா காரமான மீன் குழம்பை நாக்கில் வைத்ததுபோன்று 'ஸ்ஸ்' என்று சீழ்க்கையொலி எழுப்புவார். பின்னர் அப்பாவுக்கு நடுக்கவாதம் வந்துவிட்டது. வெளியே வரமுடியாமல் அப்பா வீட்டுக்குள்ளேயே முடங்கிப்போனார். அப்படி அம்மாவின் மச்சினன் காரியக்காரனாக வந்துசேர்ந்தான். காட்டிக்கொடுப்பவர்களைப் போன்று கள்ளக் காதலர்களுக்கும் உறக்கம் விதிக்கப்படவில்லை. அவர்களும் தலைநிமிர்ந்து நடக்கவோ வாய்விட்டுச் சிரிக்கவோ முடியாது. அதுகிடக்கட்டும், ஏரிக்கரையில் வைத்து அப்பாதான் முதலை யூதாஸை அடையாளம்

கண்டுபிடித்தார். 'இது தாஸ்...ஸ்...தானேனே...டா' என்று நடுங்கும் குரலில் அப்பா யூதாசிடம் கேட்டார். அவனுடைய முகம் செத்தவருடைய முகம்போன்று வெளிறியது. நானும் அதிர்ந்துபோய் நின்றேன். அன்று இரவு முதலை யூதாஸ் எங்களுடைய கிராமத்தை விட்டுப் போய்விட்டான்.

அப்பாவின் சகோதரி மகனின் *(மருமகன்)* சவத்தை அடையாளம் காண்பதற்குத்தான் அப்பாவும் நானும் ஏரிக்கரைக்குச் சென்றோம். அவன் மூழ்கிச் செத்துப்போனான். யூதாஸ்தான் அவனுடைய சவத்தையும் மூழ்கி எடுத்தான். அவனுடைய காம வித்தை வகுப்புகளில் மாணவனாக இருந்தான் அவனும். அந்த வகுப்பில் அவன் சொல்லிக்கொடுப்பதைப் பற்றி அவன் சொல்லித்தான் நான் தெரிந்துகொண்டேன். அவன் ஒரு பாவப்பட்டவன். அவனுக்கு என்னை மிகவும் பிடிக்கும். எங்களுடைய நாலுகெட்டு வீட்டின் நடுமுற்றத்தில் மழை பெய்யும்போது கூடத்துச் சுவரில் தொங்கவிட்டிருக்கும் கண்ணாடிக்கு முன்னால் நான் முடியை இரட்டைச் சடை பின்னுவதைப் பார்த்துக்கொண்டு அவன் தூணில் சாய்ந்து நிற்பதை என்னால் ஒருபோதும் மறக்க முடியாது. அத்தகைய ஒருநாளில் அவன் தைரியத்தை வரவழைத்துக்கொண்டு வந்து எனது கழுத்தில் முத்தமிட முயற்சித்தான். நான் சடாரெனத் திரும்பி அவனை முறைத்துப் பார்த்தேன். எங்களுக்கு ஒரே வயது. எனது பார்வைக்கு முன்னால் அவன் தளர்ந்துபோனான். பிறகு அவன் என்னிடம் மன்னிப்புக் கேட்டான். கழுத்தில் முத்தமிட்டால் எந்தப் பெண்ணும் படிந்துவிடுவாள் என்று யூதாஸ் சொல்லிக்கொடுத்திருக்கிறான் என்று அவன் கண்ணீரோடு சொன்னபோது எனக்குச் சிரிப்பு வந்தது.

"வேற என்னவெல்லாம் அவன் சொல்லிக்கொடுத்தான்?"

தெற்கு முற்றத்தில் இருக்கும் மாமரத்தடியில் வைத்து ஒரு பதினைந்து வயதுக்காரிக்கே உரிய ஆர்வத்துடன் நான் பாலுவைக் கேள்வி கேட்டேன்.

"அதையெல்லாம் என்னால பிரேமாகிட்டச் சொல்ல முடியாது."

"அந்த ஆள் எப்படி சவங்கள மூழ்கி எடுக்கிறான்?"

"அதைப்பத்தியெல்லாம் சொல்றதில்ல"

"ஆழத்துக்கு மூழ்கிப் போகிறபோது அவனுக்குப் பயம் வராதா?"

“ஐய்யோ! அவரு சாகாத பொண்ணுங்களப் பத்தியும் அவங்களோட உடம்புகளப் பத்தியும் மட்டுந்தான் சொல்லுவாரு...”

“செத்துப்போன பொண்ணுங்களப் பார்க்கிறப்பவும் அவன் பின் கழுத்துல முத்தங்கொடுக்கறது உண்டா?”

பாலு என்னை மனவேதனையுடன் பார்த்தான்.

“பிரேமா என்னை மன்னிக்கணும்.”

“நான் பாலுவப்பத்தி நினைச்சிட்டிருந்தது இப்படியல்ல.”

“இதை யார்கிட்டயும் சொல்லிடாதே.”

“வேற யாருகிட்டயும் சொல்லமாட்டேன்... ஆனா, எனக்கு அவன்கிட்ட ரண்டு வார்த்தை கேட்கணும்.”

“பிரேமா, வேண்டாம்...”

“நான் பிரேமாவா இருந்தா கேட்டிருப்பேன்.”

அன்று மதியம், தம்பிகள் விளையாடவும் அம்மா உறங்கவும் போன சமயத்தில், நான் தென்புற புறக்கடை மதிலைத் தாண்டி இறங்கி குன்றின் சரிவின் வழியாக ஏரிக்குச் சென்றேன். சரளைக் கற்கள் நிறைந்த குன்றின் சரிவு வழியாக நடக்கவேண்டிய தேவை எதுவும் எங்களுக்கு அன்றைக்கு இருக்கவில்லை. நீளமான பாவாடையைச் சற்று உயர்த்தி இறுக்கிப்பிடித்துக்கொண்டு கீழ்நோக்கிச் சறுக்கிக்கொடுப்பதுதான் வழக்கம். காற்றிலும் சரிவிலும் உருண்டு போகின்ற ரப்பர் பந்துபோன்று முட்டி மோதி நேராக ஏரிக்கரைக்கு வந்து நிற்போம். அன்று, மேற்கே பொழுது சாய்ந்துகொண்டிருந்தபோது நான் ஆளரவமற்ற ஏரிக்கரைக்குச் சென்று நின்று மூச்சுவாங்கினேன். ஏரி நீல நிறத்தில் கண்ணுக்கெட்டாத தூரம் வரைக்கும் பரந்துகிடந்தது. ஏரியில் அவனைக் காணவில்லை. சரிவில் இருக்கும் புதர்க்காடுகள் நிறைய வெளுத்த பூச்சப் பழங்களும் (பூனைக்கண் பழம்) ரத்தச்சிவப்புள்ள காட்டுத் தெச்சிப்பழங்களும் பழுத்துக்கிடந்தன. நான் எனது நீலப்பூக்கள் போட்ட வெள்ளைப் பாவாடையில் நிலத்தைக் கூட்டிக்கொண்டே அவனுடைய குடிசைக்கு ஏறிச்சென்றேன். மண்ணும் சரளையும் சேர்த்துக் குழைத்துக் கட்டிய குடிசையின் மஞ்சள் நிறமுள்ள தரையில் படுத்து அவன் அழுதுகொண்டிருந்தான். எனக்கு அப்போது பதினைந்து வயதுதான்

இருந்தது. ஆண்களின் கண்ணீர் என்னைச் சிரிக்கவைக்கத் தொடங்கியிருக்கவில்லை. அவனுடைய கண்ணீரைப் பார்த்து எனது மனம் ஈரமாகிவிட்டது. மஞ்சள் சுவரில் துருத்தி நின்ற பழுப்புநிறச் சரளைக் கல்லில் விரலை உரசிக்கொண்டு நான் அவனைப் பார்த்துக்கொண்டு நின்றேன். எனக்குப் பின்னால் ஒரு கல்லெறிந்தால் ப்ளூம் சப்தத்தோடு விழித்தெழக்கூடிய தூரத்தில் ஏரி சாவுகாசமாக அலையடித்துக்கொண்டிருந்தது. வெளிச்சம் மறைந்ததனாலாக இருக்கவேண்டும், அவன் தலையுயர்த்திப் பார்த்தான். என்னைப் பார்த்துக் குதித்தெழுந்தான். இரட்டைச் சடையை முறுக்கிப் பிடித்துக்கொண்டு நான் பதற்றத்தோடு நின்றேன். 'எதற்காக அழுகிறீர்கள்' என்று கேட்டபோது அவன் கண்ணீரைத் துடைத்துக்கொண்டு என்னைக் கோபத்தோடு பார்த்தான். 'இங்கே யாரு வரச்சொன்னது' என்று திட்டினான். அப்போது எனக்கும் கோபம் வந்தது:

"நீங்க எதுக்காக பாலுவுக்குக் கண்டதும் சொல்லிக்கொடுத்தீங்க?"

நன் தைரியமாகக் கேட்டேன்.

"அவன் என்கிட்ட தப்பா நடந்துக்கிட்டான்... நீங்கதான் காரணம்... நான் இதை எல்லார்கிட்டையும் சொல்லப்போறேன்..."

என்னுடைய அச்சுறுத்தலில் இருந்த உண்மையைப் புரிந்துகொண்ட அவனுடைய முகம் சற்று வெளிறிப்போனது.

"ச்செ!"

அவன் யாருடன் என்றில்லாமல் கோபப்பட்டான்.

"சரி... போயி சொல்லிக்கோ... எனக்கு யாரைக்கண்டும் பயமில்லை..."

"எனக்கும் பயமில்லை."

"வெளிய போ என் முன்னால இருந்து..."

"இல்லாட்டி?"

ஏரிக்காற்று என்னுடைய நீளமான பாவாடையைக் குடை போன்று விரிக்கத் தொடங்கியிருந்தது. பாவடையைச் சுருட்டிப் பிடித்துக்கொண்டு நான் அவனுக்கு முன்னால் தரையில் மண்டியிட்டு அமர்ந்தேன். நான் சொன்னேன்:

"நக்சல்பாரி ஜிந்தாபாத்!"

அவனுடைய முகம் மேலும் சிவந்தது. அந்த நேரத்தில் அவனுடைய முகம் ஒரு ஐந்தாம் வகுப்புப் பையனுடையதைப் போன்று சஞ்சலமும் உதவியற்றதுமானது. அவன் ஒரு நக்சல்தானென்றும் எங்களுடைய கிராமத்தில் பதுங்கியிருக்கிறான் என்றும் எனக்கு உறுதியானது.

"சரி, உனக்கு என்ன வேணும்?"

அப்போது எனது முகத்தில் ஒரு புன்னகை விரிந்தது.

"எனக்கும் நீச்சல் கத்துக்கொடுக்கணும்."

அவன் என்னை உற்றுப் பார்த்தான். அவனுக்குப் பாதி மயங்கிய நீண்ட கண்களாக இருந்தன. அவனுடைய செம்பட்டை முடி நீண்டு வளர்ந்திருந்தது. மெலிந்த முகத்தில் சிவப்பு நிறமுள்ள தாடியும் மீசையும் கண்ணீர் ஒட்டிப் பளபளத்துக்கொண்டிருந்தன. எனக்கு அவனிடத்தில் காதல் தோன்றியது.

"நீச்சல் கத்துக்கொடுக்கணுமா? அதுவும் ஒரு பொண்ணுக்கு?"

"நீச்சலடிக்க மட்டுமல்ல. மூழ்கிப்போய் சவங்களைக் கண்டெடுக்கவும் கத்துக்கொடுக்கணும்..."

அவன் கோபத்தைக் கட்டுப்படுத்தச் சிறிது நேரம் சிரமப்பட்டான். பின்னர் தாடியையும் மீசையையும் அழுத்தித் தடவிக்கொண்டு எழுந்தான்.

"பாப்பா வீட்டுக்குப்போ..."

"பாலு சொன்னதை நான் எல்லார்கிட்டயும் சொல்வேன்..."

"என்னைப் பயப்படுத்தாதேன்னு சொன்னேன். எனக்கு இனி வாழ்க்கையில எதைக்கண்டும் பயமில்லை."

"எனக்குமில்லை...!"

"இதென்ன பெரிய தொந்தரவாப் போச்சு... உனக்கு என்ன வேணும்?"

"சவங்களத் தொடறதுக்குத் தைரியம் வந்தது எப்படி?"

அவன் திடீரென்று முகத்தில் அடி வாங்கியது போன்று அமைதியானான்.

“நீந்திப் போகும்போது உங்களுக்குப் பயம் வராதா? செத்துப்போன ஒரு முகத்தப் பார்க்கறபோது உங்களுக்கு என்ன தோணும்?”

அவன் முகத்தில் கோபம் நிறைந்தது. அவமானப்படுத்தப்பட்ட பாவமாக இருந்தது அவனுடைய முகத்தில்.

“வெளிய போம்மா...”

அவன் கர்ஜித்தான்.

“நான் போகமாட்டேன்.”

எனக்கும் பிடிவாதமாகிவிட்டது.

“நீங்க எனக்கு நீச்சல் கத்துக்கொடுக்கறேன்னு சம்மதிக்காம நான் போகமாட்டேன்...”

எங்களுக்கிடையில் சண்டை மூண்டுவிட்டது. அவன் என்னைத் திட்டினான். பிடிவாதம் முற்றி நிர்பந்தத்தில் இரட்டைச் சடையை பின்பக்கம் வீசிக்கொண்டு நான் அவனைச் சவாலுக்கு அழைத்தேன். ‘அப்படியானால் வேண்டாம், சொல்லிக்கொடுக்க வேண்டாம், நான் தனியாவே கத்துக்கறேன். பார்த்துக்கோங்க!’ அவனைச் சவாலுக்கு அழைத்து நான் எனது நீளமான பாவாடையைச் சிறிது உயர்த்திப் பிடித்துக்கொண்டு ஏரியை நோக்கி ஓடினேன். அவன், ‘போடீ போ, போயித் தொலையடீ, நீ செத்தா எனக்கு ஒண்ணுமில்லை’ என்றெல்லாம் கத்துவதை காற்றில் என்னால் கேட்க முடிந்தது. ஆனால் நான் ஒரு ப்ளும் சப்தத்தோடு நீர்ப்பரப்பில் விழுந்தபோது அவன் வாசலுக்கு ஓடிவந்தான். அவனையும் திரும்பிப் பார்த்துக்கொண்டு கால் புதைந்துபோகின்ற சேற்றில் இலைகள் இல்லாத நீர்த்தாவரங்களுக்கு இடையே நீளமான பாவாடையையும் இழுத்துக்கொண்டு நான் உள்நோக்கி நீந்தினேன். அந்த நேரத்தில், மணவறையில் காத்திருக்கின்ற கணவனைப் போன்றதாக இருந்தது ஏரி. எனக்கு அதனிடம் காதல் தோன்றியது. வழக்கத்திற்கு மாறான ஒரு கதகதப்போடு தண்ணீர் என்னைச் சூழ்ந்தது. எனது நீல மலர்கள் உள்ள வெள்ளைப் பாவாடை நீர்ப்பரப்பில் குடையாக விரிந்தது அலைகளுக்கு என்னை நான் சமர்ப்பித்தேன். நானும் அலைகளு! தூர தொலைவுக்குப் போனோம். ஏரியின் கரையோரத்தில்

அலையெழுப்பிக்கொண்டு நான் நிமிர்ந்து நின்றேன். தண்ணீர் என்னைத் தாங்கி நிறுத்தியது.

அது ஒரு விசித்திரமான அனுபவமாக இருந்தது. ஏரியின் நடுவில் நீரின் பச்சைக் கம்பளத்தில் நான் சுதந்திரமாக உருண்டேன். மேலே வானம் தெளிந்த நீலநிறமாக இருந்தது. என் கைகளில் வெளுத்த பரல் மீன்கள் அன்பாகத் தொட்டு அழைத்தன. கணுக்கால்களில் கெண்டைமீன்கள் ஆசையோடு கடித்தன. எனக்கு அழுகை வந்தது. சுதந்திரம் என்னை வசீகரித்தது. 'நக்சல்பாரி ஜிந்தாபாத்.' நான் வெறுமனே உருவிட்டேன். 'புரட்சி வெல்லட்டும். தோழர் வர்க்கீஸ் ஜிந்தாபாத்.' பின்னர் நான் அலைகளில் கைகளைச் சிறகுகள் போன்று விரித்தேன். நின்ற நிலையில் கீழ்நோக்கித் தாழ்ந்தேன். முதலை யூதாஸைப்போன்று ஏரியின் அடிப்பகுதிக்கு நீந்தினேன். எவ்வளவு முடியுமோ அவ்வளவு கீழே. பதினைந்து வயதின் பிடிவாதத்தோடு எனக்கு நானே உத்தரவிட்டேன். ரத்த நிறமும் பசபசப்புமுள்ள அடித்தட்டில் இருக்கும் சேற்றுக்குக் காந்த சக்தி இருப்பதாக நம்பினேன். சேற்றில் புதைந்துபோனால் கீழ்ப்பகுதிக்குப் போவோம். கீழே கொதிக்கின்ற மற்றொரு ஏரி இருக்கிறது. எனக்கு அந்த ஏரி வரைக்கும் நீந்தவேண்டும். மேலே இருக்கும் ஏரி என்னைத் தடுப்பதற்கு முயற்சி செய்தது. நான் விட்டுக்கொடுக்கவில்லை. அடர்த்தியான நீருக்குள், இரட்டைச் சடைபோட்ட கெண்டைமீனைப்போன்று நான் பிடிவாதத்தோடு ஆழ்ந்தேன். அடித்தளத்தை நெருங்க நெருங்க இதயத்தில் உத்வேகம் நிறைந்தது. கரையில் தெறித்து விழுந்த மீனைப் போன்று நான் நீருக்குள் துடித்தேன். தாயின் கருப்பையில் இருந்து வெளிவர முயற்சிசெய்கின்ற குழந்தைதான் நான் என்று அவ்வப்போது தோன்றியது. இடையிடையே, தனியாக ஒரு புரட்சி செய்கின்ற போராளி என்றும்.

பல வருடங்களுக்குப் பிறகு அந்த அனுபவத்தைத் திரும்பவும் நினைக்கும்போது மனதில் தோன்றுவது ஏரியின் நிறங்கள்தான். மேற்பரப்பில் இருக்கும் பச்சை நிறம். மூழ்கும்போது இருக்கும் சாம்பல் நிறம். நீந்தத் தொடங்கும்போது இருக்கும் மங்கலான மஞ்சள் நிறம். மூச்சைப் பிடித்துக்கொண்டு மேலும் ஆழத்திற்குச் செல்லும்போது இருக்கும் செங்கல் நிறம். அதற்கப்பால் அடித்தளத்தைத் தொட்டும் தொடாத போது இருக்கும் பிரகாசிக்கின்ற சிவப்பு நிறம். ஒரே சமயத்தில் பயமுறுத்துவதும் வசீகரிப்பதுமான ஒரு காட்சியாக இருந்தது அது. கண்களை

மூடித்திறந்து மூச்சை மேலும் பிடித்து நிறுத்திப் பார்த்தபோது நான் திடுக்கிட்டேன் - அடித்தளத்தில் இருந்த சிவந்த சேற்றில் ஒரு ஆள் கைகளை விரித்து வைத்துக்கொண்டு என்னை உற்றுப் பார்த்துக்கொண்டு சோம்பலாக நீண்டு நேராகப் படுத்திருந்தான். திறந்த கண்களையும் அவமதிப்பு நிறைந்த நோட்டத்தையும் பார்த்து நான் பயந்து கத்தத் தொடங்கினேன். வாயில் தண்ணீர் புகுந்து மூச்சு முட்டியது. அது கொடுத்த அடியில் நான் ஒரு பரல் மீனைப் போன்று அடித்தளத்தில் வட்டமடித்தேன். மூச்சறைகளில் நீர் நிறைந்து எனக்கு நினைவு தப்பியது. கண்ணை மூடுவதற்கு முன்பு நான் அவனுடைய முகத்தைத் திரும்பவும் பார்த்தேன். தண்ணீரில் மூழ்கிக் கிடந்த அவனுடைய முகம் உப்பி வெளுத்திருந்தது. அவனுடைய உடல், பின்பக்கமிருந்து ஒரு விளக்குப் பற்றவைத்தது போன்று ஒளிர்ந்துகொண்டிருந்தது. ஒருநிமிடம் அது எனது ஆசைக் கனவின் காட்சியாக இருக்கும் என்று தோன்றியது. ஒரு நிமிடம் அதுவல்லவென்றும். அவனுடைய வயிற்றிலிருந்து ஓராயிரம் கெண்டைமீன்கள் பலதிசைகளிலும் பாய்ந்தன. அது ஒரு சடம்தான் என்று எனக்குத் தெரிந்தது. தண்ணீருக்கு அடியிலிருக்கும் சிவந்த சேற்றினுடையதும் பாசி தழைத்துக்கொழுத்த பச்சை நிறத்தினுடையதும் வினோதமான வெளிச்சத்தில் எனக்கு மூச்சு முட்டியது. எனது மூளையில் இருள் நிறைந்தது. என் கண்கள் மூடின. எனது நினைவு, கரையில் பிடித்துப்போட்ட பரல்மீனைப் போன்று செவுளைப் படபடவென்று அடித்துக்கொண்டு சலனமற்றுப்போனது.

கண் திறக்கும்போது முதலை யூதாஸின் குடிசையில் அவனுடைய கட்டில்காலில் நனைத்து விரித்துப்போட்ட ஒரு பாவாடையைப் போன்று தொங்கிக்கொண்டிருந்தேன் நான். எழுவதற்கு முயன்றபோது எனது தலை கட்டிலில் இருந்து கீழ்நோக்கித் தொங்கிக்கொண்டிருந்தது. பெட்டிகோட்டில் சிக்கிக்கொண்ட தண்ணீரும் அதில் உயிருடன் இருக்கும் ஒரு பரல் மீனும் வெளியே குதித்தன. அவனுடைய மண் தரையில் அந்தப் பரல் மீன் துடித்தது. நான் குழைந்த கண்களால் அதைப் பார்த்தேன். முதலை யூதாஸ் அதைக் கையில் எடுத்து வெளியே வீசி எறிந்தான். அது ஏரியில் சென்று விழுந்தபோது நான் புன்னகைத்தேன். 'புரட்சி வெல்லட்டும்' என்று முணுமுணுத்தேன். முதலை யூதாஸ் சற்று அதிர்ந்தான். தழைகீழாகக் கிடந்தவாறே நான் அவனைப் பார்த்தேன். அவனும் நனைந்து ஒழுகிக்கொண்டிருந்தான்.

அவனுக்கு ஏதேதோ தனித்துவம் இருந்தது. இதுவரை நான் பார்த்த மனிதர்களைப் போன்று இருக்கவில்லை அவன். நான் மெதுவாக எழுந்து உட்கார்ந்து இன்னொருமுறையும் புன்னகைத்தேன். 'புரட்சி வெல்லட்டும்' என்று இன்னொருமுறையும் முணுமுணுத்தேன். 'என்ன சொன்னே?' அவன் வியப்போடு பார்த்தான். தன்னை மறந்ததுபோன்று அவன் நடுங்கினான். பக்கத்தில் வந்து உட்கார்ந்துகொண்டு எனது முகத்தைப் பிடித்துத் தூக்கினான். அடித்தளத்தில் சிவந்த சேறடைந்த இரண்டு ஏரிகளைப் போன்றிருக்கும் கலங்கிய கண்கள் நிறைந்து வருவதை நான் பார்த்தேன். 'நெருக்கடி நிலை அரபிக்கடலில்', நான் சொன்னேன். அவன் அதிர்ச்சியோடு என்னைப் பார்த்தான். 'உனக்கு என்ன வயசாச்சு?' அவன் கேட்டான். 'பாசிசம் தொலையட்டும்' – நான் திரும்பவும் சொன்னேன். அவனுடைய நடுக்கத்தைப் பார்த்து மீண்டும் எனக்குச் சிரிப்பு வந்தது. நான் சுதந்திரமாக அவனுடைய நெஞ்சில் சாய்ந்தேன். அவன் குளிர்ந்து நடுங்கினான்.

"வீட்டுக்குப்போ..."

அவன் கெஞ்சினான்.

"முத்தம் கொடுங்க..."

நான் உத்தரவிட்டேன்.

அவன் என்னைப் பீதியோடு பார்த்தான். எனக்கு அந்தத் தளர்ச்சியிலும் சிரிப்பு வந்தது.

"நீங்க பொண்ணுங்களுக்கு முத்தம் கொடுக்கறதுக்குப் பசங்களுக்குச் சொல்லிக்கொடுக்கற ஆள்தானே?"

"ஆனா, நான் இதுவரைக்கும்..."

அவன் வெட்கப்பட்டுச் சிவந்தான். எனக்குச் சிரிப்பு வந்தது. என்னைவிட இரண்டு மடங்கு அதிக வயதானவன். அவன் கலவரமடைவதை நான் ஆர்வத்தோடு பார்த்தேன். நான் தைரியமாக எழுந்து நின்றேன். எனது நெற்றியிலிருந்து நீர் வழிந்துகொண்டிருந்தது. அவனும் நனைந்து ஒழுகிக்கொண்டிருந்தான். அவனுடைய முகத்தில் பீதி நிறைந்த பார்வையைப் பார்த்தபோது எனக்குத் தைரியம் வந்தது. பயத்திற்கும் ஆக்கிரமிப்பிற்கும் புரட்சிக்கும் வெற்றிக்கும் இடையிலுள்ள உறவைப் பற்றி நான் கற்றுக்கொண்டிருந்தேன்.

ஏதோ ஒன்று உண்டு. ஏரியின் அடித்தளத்தில் புதைந்து கிடக்கின்ற ஏதுவோ எல்லோருடைய மனதிலும் உண்டு. காலில் கல்லைக்கட்டி இறக்கியது. நான் அவனுடைய நெஞ்சில் தலைசாய்த்து நின்றேன். எங்களுடைய உடல்களில் இருந்து ஏரியின் நீர் ஒன்றுகலந்து வழிந்தது. அடித்தளச் சேற்றில் மறைந்திருக்கின்ற மீன்களின் பெருமூச்சுகள் வெளியே வருவதுபோன்று எங்களுடைய கைகளில் சிலிர்ப்பெழுவதை நான் பாதி மூடிய கண்களால் கண்டேன். அந்தச் சமயத்தில் எப்போதோ பாலு அங்கே வந்தான். யூதாஸோ நானோ அதை அறியவில்லை.

"வீட்டுக்குப் போ..."

அவன் திரும்பத் திரும்பக் கெஞ்சினான்.

"என்னைத் தொடாதே... என்னை நேசிக்காதே... பிரேமா, உனக்கு என்னைப்பத்தித் தெரியாது..."

"நீங்க என்னோட நக்சலைட்... என்னைக் காப்பாத்துங்க... நாம எங்கயாவது போயிடலாம்... புல்பள்ளிக்கு... இல்லாட்டி ஆந்திராவுக்கு... அதுவுமில்லாட்டி வங்காளத்துக்கு..."

நானும் கெஞ்சினேன். அவன் என்னைத் தள்ளி விலக்குவதற்கு முயற்சித்தான். நான் அவனை இறுக்கிப்பிடித்தேன்.

"நாம ஓடிப்போகலாம்... உலகத்துக்கு நாம தேவைப்படுறோம்... நம்மளோட காதல்... நம்மளோட தியாகம்... நம்மளோட ரத்தம்..."

"நான் பாவி... என்னைக் காதலிக்காதே ..."

"நான் காதலிப்பேன்... இனியும் காதலிப்பேன்... நீங்க என்னோட நக்சலைட்..."

அவன் ஒரு விசும்பலோடு என்னைத் தள்ளிவிட்டான். இருந்தாலும் அவனுடைய நெஞ்சின் கதகதப்பு எனது நெஞ்சில் தங்கியிருந்தது. அவனுடன் எனக்கு மீனுக்குத் தண்ணீரிடம் தோன்றுகின்ற ஏக்கம் தோன்றியது. ஏரி நீராலும் கண்ணீராலும் நனைந்த அவனுடைய முகத்தை நான் என் உள்ளங்கையில் ஏந்தினேன்.

"என்னோட கையில ரத்தம் இருக்குது... எத்தனையோ சவங்களத் தொட்ட கை இது..."

அவன் மூச்சுமுட்டுகின்ற குரலில் சொன்னான்.

"ரத்தத்தப் பத்தியும் சவங்களப் பத்தியும் சொல்லி என்னைப் பயப்படுத்தாதீங்க."

"நீ சின்னப்புள்ள..."

"நான் உங்களைவிட மூத்தவள்..."

நான் மீண்டும் சிரித்தேன். அவனுடைய கன்னத்தில் என்னால் முடிந்த அளவுக்கு மிகவும் மென்மையான முத்தத்தை அர்ப்பணித்தேன். பின்னர் நனைந்த செம்பட்டை முடியை ஒதுக்கிவிட்டுத் தாடியை வருடினேன். நிறைந்த கண்களோடு நான் அவனிடமிருந்து அகன்று விலகினேன்.

"நான் இனியும் வருவேன்..."

நான் அறிவித்தேன். பின்னர் எங்களுடைய தழுவலின் இளஞ்சூட்டில் உலர்ந்த பாவாடையையும் நீண்ட ஜாக்கெட்டையும் உதறிச் சரிசெய்தேன். நனைந்துபோன பின்னிவைத்த முடியை அவிழ்த்து விரித்துப்போட்டு சிறிய கோளம்பிகளை[1] உயர்த்திப் பிடித்திருந்த தொட்டால் சுருங்கியின்மேலும் இலைகளில் பசை தேய்த்து எறும்புகளை வசீகரிக்கின்ற ட்ரைஸீரகளின் (பனிப்பூண்டுகள்) மேலும் நீரைத் தெறிக்கவைத்துக்கொண்டு நான் வீட்டிற்கு நடந்தேன். பொழுது சாயத்தொடங்கியிருந்தது. அக்கரைக்குன்றில் மாலை நேரக் காற்றின் கின்னரம் கேட்கத் தொடங்கியிருந்தது. துவைப்பதற்கும் நீந்திக் குளிப்பதற்கும் பெண்கள் கையில் துணிமூட்டைகளோடு சரிவில் இறங்கிவரத் தொடங்கியிருந்தனர். கலம்பெட்டிகளின் மறைவில் மலைச் சரிவில் ஏறுகின்ற இடத்திற்கு வந்தபோது நான் நின்றேன். நிறைய தெச்சிப்பழங்களுள்ள புதர்க்காட்டுக்கு நடுவில் பவளப்பாறை போன்று தோன்றுகின்ற இருண்ட வெட்டுக்கல்லில் பாலு உட்கார்ந்திருந்தான். அவன் என்னை வஞ்சிக்கப்பட்டவனின் கண்களோடு பார்த்தான். எதுவும் நடக்காததுபோன்று நான் சரிவின் வழியாக மேலே ஏறினேன்.

"பிரேமா, நான் செத்துப்போவேன்!"

அவன் பின்னால் இருந்து கூப்பிட்டுச் சொன்னான். நான் திரும்பி அவனைப் பார்த்தேன்.

"செத்துப்போ..."

---

1. எச்சில் துப்புவதற்குப் பயன்படுத்தும் வாய் அகன்ற மண்பாத்திரம்.

நான் தயக்கமின்றிச் சொன்னேன். அவனுடைய நிறைந்த கண்கள் என்னைச் சிரிக்கவைத்தன. நான் திரும்பிப் பார்க்காமல் ஏரியில் இருந்து வீட்டுக்குப் போவதற்கான ஏற்றத்தில் ஓடி ஏறினேன். பாலு அன்று காணாமல்போய்விட்டான். அடுத்தநாள் அவனுடைய சடலம் மேலே வந்தது. அதைக் கரைக்குக் கொண்டுவந்தபோதுதான் அப்பா யூதாஸை அடையாளம் கண்டார். கிராமத்தில் உள்ளவர்கள் யூதாஸின் உண்மைநிலையைப் புரிந்துகொண்டார்கள். எனது நெஞ்சில் ஏரித் தண்ணீரின் குளிர்ச்சியும் ரத்தத்தின் சூடும் கலந்த ஒரு நினைவை என்றென்றும் மிச்சம் வைத்துவிட்டுத்தான் யூதாஸ் கிராமத்தை விட்டுப் போனான்.

பல வருடங்களுக்குப் பிறகு திரும்பிப் பார்க்கும்போது எனக்கு வருத்தம் ஏற்படுவது ஒரு விசயத்தில் மட்டும்தான். அன்று நான் ஏரியில் கண்ட அந்தச் சவம் - அது ஒருபோதும் மேலெழுந்து வரவில்லை.

இரண்டு

"திருட்டுக் கண்டாரோளி மவளே" என்று கர்ஜிக்காமலும் ஊதுபத்திகளைப் பற்றவைக்காமலும் இளமைப் பருவத்தில் அப்பாவால் தனது வீரக் கதைகளை அசைபோட முடிந்ததில்லை.

கக்கயம் முகாம் மூடப்பட்டதில் வருத்தப்பட்டுத்தான் அப்பா வேலையை விட்டார். அப்படிப்பட்ட ஒரு முகாமில் வேலை பார்த்ததற்குப் பிறகு இனி சாதாரண காவல் நிலையங்களில் சதாரண கான்ஸ்டபிளாக வேலை பார்ப்பது புலி பூனையாகிப்போவது போன்ற அவமானம் என்று அப்பா கருதியிருந்தார். வேலையை விட்டுத் திரும்பிவந்த காலத்தில் அப்பா ராப்பகலாகக் குடித்துக்கொண்டிருந்தார். 'கக்கயம் முகாம் அலுவலகத்துக்குப் பின்னால் நாங்கள் குடித்துவிட்டு எறிந்த பாட்டில்களால் ஈப்பன் குன்றளவுக்குப் பெரிய ஒரு மலையை உண்டாக்கினோம்' என்று அப்பா அவ்வப்போது வீரவசனம் பேசினார். முகாமுக்கு உள்ளே உருட்டப்பட்டதற்குப் பிறகு அழுகிய மனித மாமிசத்தின் நாற்றம் நிறைந்திருந்தது. அதை மறைப்பதற்குத்தான் ஊதுபத்திகள் பற்றவைக்கப்பட்டிருந்தன. ஊதுபத்திகளின் மணம் அப்பாவை உற்சாகமடையச் செய்தது. ஆனால், எனக்கு அது சகிக்க முடியாததாக இருந்தது. ஊதுபத்திகள் மனிதர்களிடமும் தெய்வத்திடமும் இருக்கக்கூடிய ஆதிக்க அகந்தையை விளம்பரம் செய்தன. கருணைக்காக அழுபவர்கள் இல்லையெனில் மனிதனுக்கும் தெய்வத்துக்கும் அதிகார ஆட்சியின் ஆனந்தம் இல்லை. எங்களுடைய நாலுகெட்டு வீட்டின் உள்ளே இருண்ட அறைகளில் பச்சை விறகுகளைப் பற்றவைத்தது போன்று வாசல்படியில்கூட புகை நிறைந்திருந்தது. ஊதுபத்திகளுக்கு இடையில், பீடிப்புகைக்குப் பின்னால், கல்லைக்கட்டித் தொங்கவிட்டது போன்று கீழ்நோக்கித்

தொங்கிக்கொண்டிருந்த உருண்ட கண்களோடு அப்பா சாய்வு நாற்காலியில் சாய்ந்து கிடந்தார். போலீஸ் என்று சொல்லும்போது அப்பாவின் உடலில் உற்சாகத்தின் அதிர்வு ஏறியது. காக்கி என்று சொன்னால்... அம்மாவின் முடியையோ என்னுடைய முடியையோ இறுக்கிப் பிடித்து ஆட்டிக்கொண்டு அப்பா கர்ஜித்தார்: திருட்டுக் கண்டாரோளி மவேள உனக்குத் தெரியாது, அது வெறும் துணியல்ல, ஒரு உணர்ச்சி, ஒரு நிலை, ஒரு தனித்துவமான சித்தாந்தம், ஒரு நம்பிக்கை.

“போலீசப்பத்தி நீ என்ன நினைச்சுக்கிட்டிருக்கறே?”

அப்பா மீசையை முறுக்கிக்கொண்டு, கண்களை உருட்டினார்.

“நாங்க நினைச்சா எதையும் சாதிப்போம். கக்கயத்த நீ பார்த்திருக்கிறயா? யாருமே போகமுடியாத ஒரு சின்ன ஊரு. மலைப்பிரதேசம். அப்படியிருந்தும் ராத்திரியோட ராத்திரியா அந்த இடத்த நாங்க தலைகீழா மாத்திப்போட்டம் தெரியுமா? ஹோ! வயர்லஸ்க்கு வயர்லஸ், டெலஸ்கோப்புக்கு டெலஸ்கோப், அப்புறம் போலீஸ் நாய், அது ஒரு திருவிழாவா இருந்துச்சுடீ, திருவிழா...”

எட்டுப் பத்து வயதிலேயே இப்படி எனக்கு அது முழுவதும் மனப்பாடமாகிவிட்டது.

“கக்கயத்தோட முதல் கேம்ப்போட தலைமையிடம் எங்க இருந்துச்சுடீ?”

அப்பா என்னை இப்போதே கொன்றுவிடுவேன் என்னும்படியாகக் கழுத்தை இறுக்கிப் பிடித்துக் கர்ஜிப்பார்.

“குற்றியா...”

நான் நடுக்கத்தோடு சொன்னேன்.

“சீ... திருட்டுக் கண்டாரோளி மவளே... எத்தனை தடவை சொல்லியிருக்கேண்டீ... ஏண்டீ முதல் கேம்ப் இன்ஸ்பெஃக்ஷன் பங்களாவுல... கேம்ப் முதல்ல ஸ்டாஃப் ரெக்ரியேஷன் கிளப்ல... அதுக்கப்புறம் அதைக் கொஞ்ச நாள் கழிச்சு அங்க கொண்டுபோனோம்...”

அப்பா இன்னொரு கிளாசையும் உறிஞ்சிக் குடித்துவிட்டு, தலைக்கட்டை மேலும் நன்றாகச் சுற்றிக்கட்டிக்கொண்டு தொடையைச் சொரிந்துகொண்டு ஊதுபத்திகளின் புகையும்

மணமும் நிறைந்த அறையில் உற்சாகத்தோடு இங்குமங்கும் நடப்பார். அவ்வாறு நடந்துகொண்டு இன்ஸ்பெஃக்ஷன் பங்களாவின் எழிலை வர்ணிக்கத் தொடங்குவார். கக்கயம் அணைக்கட்டின் பயங்கரமான ஆளரவமின்மை. அதற்குக் காவல் காக்கின்ற பெரிய காணிப்பாறை மலை. அதன் ஏகாந்தமும் பயங்கரமும். "ஏண்டீ திருட்டுக் கண்டாரோளி மவளே உனக்குத் தெரியுமா? ஒருத்தனைக் குனியவச்சு முதுகுல அடிச்சா அந்த முழக்கம் அங்க காணிப்பாற மலைமேல இருந்து திரும்பி வரும். அப்புறம் பவர் ஹவுஸ் சத்தம். ஹோ. அது ஒரு காலம். குளிருல உடம்பு சிலிர்த்துக்கும். அருவியோட சத்தம். ராத்திரி ஆயிட்டா சிள்வண்டுகளோட ஒருமாதிரி வினோதமான அழுகாச்சு, ஓங்கி அடிக்கிற காத்து. ஹோ..." அப்பா கண்களைத் துடைத்துக்கொள்வார். "அதுதான் போலீஸ். அதுதான் காக்கி. அதுதான் பொற்காலம்."

"எங்கிருந்துடீ உலக்கையக் கொண்டாந்தோம்?"

அப்பா திரும்பவும் எனது தொண்டையை இறுக்கிப் பிடிப்பார்.

"தாம..."

"இனிஷியலச் சொல்லுடீ..."

பி.ஜெ. தாமஸ் - நான் கிளியைப்போலச் சொல்வேன். பவர்ஹவுஸ்க்குப் பக்கத்தில் குடியிருந்த கூலிக்காரர். உலக்கை அவருடைய வீட்டிலிருந்து கொண்டுவரப்பட்டது. இன்ஸ்பெஃக்ஷன் பங்களாவில் இருந்து ஒரு கிலோமீட்டர் கிழக்கே இருந்தது முகாம். அது ஒரு பழைய ஓர்க்ஷாப். அதைச்சுற்றிலும் மூன்று கூடாரங்கள் அமைக்கப்பட்டிருந்தன. கட்டடத்தைச் சுற்றிலும் துப்பாக்கி ஏந்திய காவலர்கள் காவல் காத்தனர். மேற்கே இருக்கும் கட்டடத்தின் நடுவில் உள்ள கதவைத் திறந்தால் விசாலமான ஒரு அறை இருந்தது. அங்கேதான் பரமேஸ்வரன் சாரும் மற்ற அதிகாரிகளும் உட்கார்ந்திருந்தனர். இன்ஸ்பெஃக்ஷன் பங்களாவில் இருந்து கொண்டுவந்த காற்றாடி அவர்களுக்காக நிற்காமல் சுழன்றுகொண்டிருந்தது.

"எங்க கேம்ப்ல இருந்த போலீஸ் நாயோட பேரு என்னன்னு தெரியுமாடீ?"

"சாந்தி..."

"நூம்ம்ம்..."

ஒரு கேள்விக்காவது சரியான பதிலைச் சொன்னதன் சமாதானத்தில் அப்பா என்னைச் சும்மா விட்டார்.

"உனக்கு சாந்தின்னு பேரு வச்சிருந்திருக்கணும். அது எனக்கு அப்புறமாத் தோணுச்சு... ஹோ... நீ சாந்தியப் பார்த்ததில்லையில்லையா... நாயின்னா அவதான் நாயி...!"

நான் தூக்க கலக்கத்திலிருந்த கண்களைத் தேய்த்துக்கொண்டு அப்பாவை வன்மத்தோடு பார்ப்பேன். அந்த நேரத்துக்குத் தம்பிகள் இருவரும் பாதி தூங்கி முடித்திருப்பார்கள். அம்மா கொட்டாவி விட்டுக்கொண்டு தூக்க கலக்கத்தோடு பற்களை நெறித்துக்கொண்டு சப்தம் வெளியே வராது அப்பாவைத் திட்டும்போது வலியையும் கோபத்தையும் கடந்துபோவதற்காக நான் மனதில் காயண்ண காவல் நிலையத் தாக்குதலை இன்னொருமுறையும் நடத்துவேன். கே. வேணுவின் தலைமையில் பதின்மூன்று பேருடன் நானும். இரட்டைச் சடை போட்டுக்கொண்டு, நீளப்பாவாடையும் பஃப் வைத்த கையுள்ள ரவிக்கையும் உடுத்துள்ள இந்த நானும். எதையும் எதிர்கொள்ள நான் தயார், நான் கேப்டனிடம் திரும்பத் திரும்பச் சொல்வேன். எனக்கு எதைக்கண்டும் பயமில்லை. இந்த உடல் - இதை நான் உலகுக்கு அர்ப்பணிக்கிறேன். இந்த மனம் - இதை நான் மனிதகுலத்துக்கு அர்ப்பணிக்கிறேன். ச்சே! நான் ஏமாற்றமடைவேன். தோழர் இன்னும் சில ஆயுதங்களைத் தயார் செய்திருக்கலாம். ஒன்றிரண்டு நாட்டுத் துப்பாக்கிகளை எல்லாருக்கும் கொடுத்திருக்கலாம். மண்ணெண்ணெய் விளக்கைத் தட்டிவிடும்போது இன்னும் கொஞ்சம் கவனமாக இருந்திருக்கலாம். தீ பற்றிப் படர்ந்தபோது அதன்மேல் விழுந்து உடலைக்கொண்டு அதை அணைத்திருக்கலாம். இந்தக் கேடுகெட்ட உலகத்திற்கு இருட்டின் மூலம் பதில் சொல்லியிருக்கலாம். என் மனதில் உள்ள முன்னேற்பாடுகளைப் பற்றித் தெரியாமல் அப்பா அப்போதும் வீரவசனத்தைத் தொடர்வார்.

"வேலை பார்க்கணும்னா போலீஸ் வேலை பார்க்கணும்... ஆளுங்கள அடிக்கணும்... உருட்டணும்... ஹோ. உருட்டறது... அதுதான் வேலை. அதுவும் பரமேஸ்வரன் சாரையும் என்னையும் மாதிரி இருக்கற ஆம்பளைங்களாலதான் அதைச் செய்யமுடியும்... உருட்டறது கோதுமை மாவல்ல... உடம்பு... மனுச உடம்பு... உடம்புன்னு சொன்னது கொஞ்சம் தோலு, சதை, அப்புறம்

எலும்பு... ஏண்டீ திருட்டுக் கண்டாரோளி மவளே... எத்தனை ஆம்பளைங்களோட எலும்ப உருவினது இந்தக் கையின்னு உனக்குத் தெரியுமா...?"

"உருட்டும்போது ஆம்பளை வீரம் கழண்டு வரும்." அப்பா பயங்கரமாக எக்காளமிட்டார். "ஆம்பளைங்க அழுவாங்க. வலிக்கிறபோது வேர்த்துப்போகும். வலிய உண்டாக்கறவனுக்கும் வேர்த்துப்போகும். வலி கூடக்கூட வேர்வ பெருகும். உப்பு. வேர்வையோட உப்பு. அது அப்படியே தரையிலயும் உடம்புலயும் காஞ்சு பொறிஞ்சு கெடக்கும். தோலு கழண்டு வரும். ரத்தம் கொட்டும். சதை பிஞ்சு தொங்கும். அவ்வளவும் நடக்கும்போது அவனுங்க எதுக்குன்னாலும் ஒத்துப்போவானுங்க." அப்பா கொம்பு மீசையை முறுக்கிக்கொண்டு எனக்கு நேராகக் கண்களை உருட்டி - "உனக்கெல்லாம் என்ன தெரியும், அவனுங்க குடிச்ச தாய்ப்பாலக்கூட நாங்க கக்கவச்சோம்..."

நெடுங்காலத்திற்குப் பிறகு யூதாஸைப்பற்றிச் சிந்திக்கும்போது எனக்கு அவனிடம் தோன்றிய காதலுக்கும் ஆராதனைக்கும் அடிப்படை அப்பாவின் இந்த வர்ணணைகள்தான் என்று எனக்குத் தோன்றியதுண்டு. அடித்து ஒடுக்கப்படுபவனாலேயே தாக்கியவனின் இதய சுத்தியை அறியமுடியும். என்றாலும் அவன் யாராக இருந்தான்? அப்பாவின் வர்ணணைகளில் தாஸ் என்ற ஆள் உள்ளே வந்திருக்கவில்லை. 'அது தாஸ் இல்லையாடா' என்று அப்பா கேட்டபோது சுற்றிலும் நின்றிருந்தவர்கள் யூதாஸை உற்றுப் பார்த்தனர். 'எந்தத் தாஸ்' என்று யாரோ கேட்டார். 'இவன்தானே தாஸ், பதினான்காவது புரட்சிக்காரன்' என்று அப்பா நடுங்கிக்கொண்டே கேட்டார். வருடக்கணக்கில் குடித்த குடியாலும் நோயாலும் அப்பா எலும்புக்கூடு போன்று ஆகியிருந்தார். கரி மூடிக்கிடந்த கனலைக் கிளறிவிட்டது போன்று யூதாஸ் வெகுண்டெழுந்தான். கஞ்சாப் புகையை வாயிலும் மூக்கிலும் வெளியே விட்டான். நான் தாஸ் அல்ல. அவன் அப்பாவை நோக்கிப் பாய்ந்தான். 'நான் யூதாஸ். யூதாஸ். காட்டிக்கொடுத்தவன். கொஞ்சத்திலே உண்மையுள்ளவனாக இருப்பவன் அநேகத்திலும் உண்மையுள்ளவனாய் இருக்கிறான்.' அவன், அப்பாவின் நடுங்கும் எலும்புக்கூடுபோன்ற உடலைப் பிடித்து உலுக்கினான் - 'கொஞ்சத்திலே கோழையாக இருப்பவன் அநேகத்திலும் கோழையாக இருக்கிறான்.' யூதாஸ் அப்பாவைப் பிடித்து உலைத்துக் கொன்றுவிடுவான் என்று எனக்குத்

தோன்றியது. அப்பாவின் பலவீனமான உடலை அவன் ஏரியில் தூக்கி எறிந்துவிடுவான் என்று நான் ஒரு நிமிடம் நினைத்தேன். கூடிநின்றவர்கள் அவனைப் பிடித்து விலக்கிவிடாமல் இருந்திருந்தால் அதுதான் நடந்திருக்கும். ஆனால், யூதாஸ் உடனே பிடியை விட்டுவிட்டான். கால் தவறி விழப்போன அப்பா நிமிர்ந்து நிற்பதற்கு முயன்றபோது யூதாஸ் பாலுவின் சடலத்தை ஒரு சப்தத்தோடு கரையில் இழுத்துப் போட்டான். பின்னர் ஏரிப்பரப்பை நோக்கி வலை வீசுவது போன்று தன்னைத்தானே தூக்கி எறிந்து கண்காணாத இடத்துக்கு நீந்திச் சென்றான். அவன் போன வேகத்தில் புரண்டெழுந்த அலைகளில் பாலுவின் உடல் ஒரு வாழைத்தண்டைப் போன்று தண்ணீரில் அங்குமிங்கும் அசைந்தபடி உயர்ந்து தாழ்ந்தது. பாலுவின் முகத்தை நான் ஒருபோதும் மறக்கமாட்டேன். கெண்டை மீன்கள் கொத்தி இழுத்த பவளப் பாறைகள் போன்று ஆகிவிட்டிருந்தது அது. அவனது சடலத்தை வெள்ளைத் துணியால் மூடி வீட்டிற்கு எடுத்துச் சென்றபோது நிறைய ஊதுபத்திகளைப் பற்றவைக்க நான் விரும்பினேன். அப்பா, நடுங்குகின்ற தலையை ஆட்டிக்கொண்டு அவனையே உற்றுப் பார்த்துக்கொண்டு உட்கார்ந்திருந்தார். பாலுவின் அம்மா, எனது பெரிய அத்தை, மாரடித்து அழும்போது நான் யூதாஸைப் பற்றித் தொடர்ந்து நினைத்துக்கொண்டிருந்தேன். ஏரியில் நீந்தி மறையும்போது அவனும் அழுதுகொண்டிருந்தான்.

யூதாஸ் யாராக இருக்கும் என்று நான் தலையைப் பிய்த்துக்கொண்டு யோசித்தேன். காவல் நிலையத்தைத் தாக்கியது பதின்மூன்று பேர். அவர்களில் தாஸ் என்று யாரும் இருக்கவில்லை. அப்புட்டிக்கோ சின்ன ராஜனுக்கோ புஷ்பராஜனுக்கோ பரதனுக்கோ அப்படி ஒரு பெயர் இருந்ததாக அப்பா ஒருபோதும் சொன்னதில்லை. பிறகு யார் இந்த தாஸ்? எனக்கு அதற்கான பதிலைத் தெரிந்தே ஆகவேண்டும் என்று தோன்றியது. வரலாற்றில் இடம் பிடிக்காத பதினான்காவதானைப் பற்றி நான் சிலிர்ப்போடு சிந்தித்தேன். சிந்திக்கச் சிந்திக்க எனக்கு அவனிடத்தில் காதல் அதிகரித்தது. பாலுவின் உடலைத் தென்புறம் உள்ள புறக்கடையில் குழிவெட்டி மூடும்போது நான் ஏரியையே பார்த்துக்கொண்டு நின்றேன். எனது இதயத்தில் யூதாஸின்மீதான காதல் அலையடித்துக்கொண்டிருந்தது. மாலை வெய்யில் மங்கத் தொடங்கிய நேரம். ஏரி அடர்பச்சை நிறமாகக் காட்சியளித்தது. அவனுடைய வெளுத்த முகத்தை இன்னொரு முறை கைகளில் ஏந்த நான் ஆசைப்பட்டேன்.

அவனுடைய நீண்ட தலைமுடிக்குச் சிவப்பு நிறம் வந்திருந்தது. வளர்ந்த தாடியும் மீசையும் அவனுக்கு ஏசுவின் சாயலைக் கொடுத்திருந்தன. நீர்ப்பரப்பின் நடுப்பகுதியை நான் கவனித்துப் பார்த்தேன். யூதாஸ் தண்ணீரில் மூழ்கிக் கிடப்பானோ? அவன் முகத்திலிருந்த கோபத்தை நான் திரும்பவும் நினைத்துப் பார்த்தேன். அவனுடைய கண்கள் சிவந்து ரத்த நிறமாகியிருந்தன. செம்பட்டை முடி நனைந்து ஒட்டியிருந்தது. நீந்தி மறையும்போது அவன் எழுப்பிய அலைகளுக்கு என்னவொரு சக்தி. பாதங்கள் மட்டும் மூழ்கும்படியாகக் கரையில் நின்ற எனக்குக்கூட அசையாமல் நிற்பதற்குச் சிரமப்பட வேண்டியிருந்தது. பார்த்துக்கொண்டிருக்கும்போதே ஏரியில் இருள் விழுந்தது. பிறகு நிலா தோன்றியது. நிலவில் ஏரி கண்ணாடி போலப் பளபளத்தது. காதல் ஏக்கத்துடன் நான் யூதாஸின் உருவத்தைத் தேடினேன்.

அடுத்தநாள் யூதாஸின் வீட்டுக்குச் சென்றபோது அவன் என்றென்றைக்குமாகப் போய்விட்டிருந்தான் என்பது எனக்குத் தெளிவானது. குடிசை திறந்து கிடந்தது. உள்ளே வெறுமை நிறைந்திருந்தது. மரக்கட்டிலும் சிறியதொரு டெஸ்க்கும் மட்டுமே எஞ்சியிருந்தன. ஏரிச்சேறு படிந்து சிவப்பாகிப்போன அவனுடைய வேட்டிகளும் துண்டுகளும் சிறிய பெட்டிகளும் எல்லாம் காணாமல் போயிருந்தன. நான் எல்லாவற்றையும் இழந்துவிட்டது போன்று நின்றேன். சிறிது நேரம் என்ன செய்வதென்று தெரியவில்லை. அந்த இருண்ட வாழ்க்கையில் இனி ஒரு மீட்சிக்கான பாதை எனக்குத் திறக்கப்போவதில்லை என்று தோன்றியது. நான் அவனை நேசித்திருப்பேன். ஆராதித்திருப்பேன். அவனோடு சேர்ந்து புரட்சிக்குப் புறப்பட்டிருப்பேன். பதினைந்தாம் வயதில் முதலாவது காதல் பிரிவின், தனிமையின், கைவிடப்படலின் வெறுமையோடு நான் எனது நாலுகெட்டு வீட்டிற்குத் திரும்பினேன்.

இரவு அப்பாவுக்கு மோசமான உடல்நலக் குறைவு ஏற்பட்டது. மருத்துவர் வந்தபோது முந்தைய நாள் யூதாஸ் தன்னைப் பிடித்து உலுக்கிய விசயத்தை அப்பா சொன்னார். அவன் எதற்காக அப்படிச் செய்தான் என்று மருத்துவர் ஆச்சரியப்பட்டார். அப்பா நடுங்குகின்ற தலையை ஆட்டிக்கொண்டு மருத்துவரைப் பார்த்துச் சிரித்தார். 'கள்ளக் கண்டாரோளி மவன். அவனை அடித்து நான் மலம் கழிய வைத்திருக்கிறேன். அவனை உருட்டி என்னுடைய ரோலர் வளைந்துபோயிருக்கிறது. முதலில் அவன் எதையும் சொல்லவில்லை. ஆனால், நான் சொல்லவைத்தேன். நெஞ்செலும்பு

கே.ஆர். மீரா

ஒடிந்தபோது அவன் சொன்னான். தெரிந்ததையெல்லாம் கிளிப்பிள்ளை போலச் சொன்னான். அவனை வைத்துத்தான் நாங்கள் இரண்டு சடலங்களைப் பள்ளத்தாக்கில் எறிந்தோம்...'

வாசலில் இருக்கும் அரைச்சுவருக்குக் கீழே முற்றத்தில் ஊதுபத்திக் குச்சிகள் குத்தி வைத்த வாழைப் பட்டைகள் விழுந்து கிடந்தன. பாலுவின் தலைமாட்டில் பற்றவைத்திருந்தவை. அவற்றைப் பார்த்தபோது எனக்கு எதனாலோ இதயத்தில் தீக்காயம் ஏற்பட்டது. அதன்பிறகான இரவுகளில் ஏரியின் ஆழத்தில் நான் கால் குழைந்து நீந்துவதைக் கனவு கண்டேன். அடித்தட்டில் ஏராளமான சவங்கள் என்னை நோக்கிக் கைகட்டிச் சிரித்துக்கொண்டு கிடந்தன. அவற்றுக்கெல்லாம் யூதாஸின் சாயல் இருந்தது.

மூன்று

கல்லாய் ஆற்றின் கரையில் வைத்துத்தான் நான் திரும்பவும் அவனைப் பார்த்தேன். நாங்கள் பிரிந்து ஐந்து வருடத்துக்குப் பிறகு. கோழிக்கோட்டில் நான் முதுகலை டிப்ளமா படித்துக்கொண்டிருந்த காலம். அக்காலத்தில் அது ஒரு புதிய கோர்ஸாக இருந்தது. வீட்டிலிருந்து முடிந்த அளவு தூரமாகச் செல்லவேண்டும் என்றுதான் கோழிக்கோட்டுக்குப் புறப்பட்டேன். அதுவரைக்கும் ஒவ்வோராண்டும் ஒவ்வொரு நாளும் நான் யூதாஸை மீண்டும் காண்பேன் என்று எதிர்பார்த்திருந்தேன். காலையில் எழுந்து ஏரியைப் பார்க்கும்போது நீர்ப்பரப்பில் தெரிகின்ற சிறிய கருத்த புள்ளிகூட அவனாகவே தோன்றியது. அதற்கிடையில் அப்பா மேலும் தளர்ந்துபோயிருந்தார். அம்மா ஏரியில் விழுந்து செத்துப்போனார். அது நான் விடுதியில் தங்கியிருக்கும்போது நடந்தது. ஒரு நாள் காலையில் இளைய தம்பி அம்மாவைக் கூப்பிட்டுப்பார்த்தான், பதில் வரவில்லை. வீட்டில் எங்கும் அம்மா இல்லை. சாயுங்காலம் ஆனபோது கெண்டை மீன் பிடிப்பதற்காக ஏரியில் இறங்கியவர்களுக்கு அம்மாவின் நீண்ட முடி சிக்கியது. சேற்றில் இருந்து அம்மாவின் கருவளித்த உடலை ஒரு பெரிய கெண்டை மீனைப் போன்று இழுத்தெடுத்தனர். எங்களுடைய பெரிய நாலுகெட்டு வீட்டைத் தவிர மற்ற சொத்துக்கள் அம்மாவின் கள்ளக் காதலனான மச்சினனின் பெயருக்கு மாற்றப்பட்டிருந்தன. அப்பா வீட்டில் தளர்ந்து கிடந்தார். நான் எப்போதாவது மட்டுமே விடுதியில் இருந்து வீட்டுக்குப் போனேன்.

என்னைப் பொறுத்தவரை மிகவும் கஷ்டமான நாட்களாக இருந்தன அவை. தண்ணீரில் தூக்கி எறிந்த ரப்பர் பொம்மை போன்ற வாழ்க்கை. அது உயர்ந்து தாழ்வதும் நீரில் அடித்துச் செல்லப்படுவதுமாக இருந்தது.

ஒருபோதும் கரைசேர்ந்ததில்லை. ஒருபோதும் மன நிம்மதியை அறிந்ததில்லை. எல்லா இரவுகளிலும் நான் யூதாஸை நினைத்தேன். நினைக்க நினைக்க அவன் என்னை வேதனைப்படுத்தினான். சிலசமயங்களில் எனக்கு அவனிடத்தில் வெறுப்புத் தோன்றியது. அப்பாவின் சித்தரவதையைத் தாங்கமுடியாமல் எல்லாவற்றையும் சொல்லிவிட்ட அவன் காதலிக்கத் தகுதியற்றவன் என்று தோன்றியது. அவன் ஒரு கோழையாக இருந்தான். அவன் என்னை ஏமாற்றிக்கொண்டிருந்தான். இல்லையென்றால் நான்தான் என்னை ஏமாற்றிக்கொண்டேன். கோழையான யூதாஸை நான் ஒரு வீரநாயகனாக்கிக் கற்பனை செய்து பெரிதுபடுத்தினேன். குற்றம் என்னுடையதுதான். காதல் மிகவும் அர்த்தசூனியமான உணர்ச்சியே. அதிலும் குறிப்பாக ஏதாவது ஆணுடனான காதல். வேண்டியது உலகத்துடனான அன்புதான். என்னுடைய மிக நல்ல வயதில் அப்படிப்பட்ட ஒரு காதல் உறவில் விழுந்து மனத்தூய்மையைக் கெடுத்ததில் குற்ற உணர்வு உண்டானது. அதற்குப் பிராயச்சித்தமாக நான் மனதளவில் கக்கயம் முகாமுக்குள் மீண்டும் மீண்டும் பிரவேசித்தேன். அப்பா விவரித்துக் கேட்கவைத்த சித்தரவதை முறைகளை மீண்டும் மீண்டும் அனுபவித்தேன். ஒவ்வொரு முறையும் நான் பற்களைக் கடித்துக்கொண்டு உதடுகளை மூடி 'புரட்சி வெல்லட்டும்' என்றோ 'வளரட்டும் வளரட்டும் நக்சல்பாரி வளரட்டும்' என்றோ முழக்கமிடுவதாகக் கற்பனை செய்தேன். எனது தலைமுறையில் இப்படிப்பட்ட சில மாயத் திகைப்புகள் மட்டுமே எஞ்சியிருக்கின்றன. மற்றவையெல்லாம் மாய்ந்துபோய்விட்டன. நம்புவதற்கும் நேசிப்பதற்கும் போராடுவதற்குமான எல்லா பலத்தையும் அப்பாவின் தலைமுறை உருட்டிப் பரப்பி அழித்துவிட்டது. நம்புவதற்கான வலிமையாவது திரும்பக் கிடைத்ததென்றால் என்று நான் இதயம் நொந்து பிரார்த்தித்தேன். ஆனால், இல்லை. ஆணித்துவாரங்களைத் தொட்டுப்பார்க்காமல் நம்புவதற்கு எங்களுடைய தலைமுறையால் ஒருபோதும் முடியாது.

கோழிக்கோட்டில் என்னுடன் படித்துக்கொண்டிருந்த ஒரு பையன் ஆற்றில் விழுந்து செத்துப்போனதால் எங்களுடைய வகுப்பில் எல்லோரும் அந்த இடத்துக்குச் சென்றோம். அவன் சாலியார் போராட்டத்தில்[1] பங்கேற்றவன். அதன் பேரில்தான் கொல்லப்பட்டான் என்று பின்னர் கேள்விப்பட்டேன்.

---

1. சாலியார் ஆற்றை மாசுபடுத்துவதை எதிர்த்து நடந்த போராட்டம்.

என்னை அது பாதிக்கவில்லை. யாரோ செத்துபோனார், யாரோ கொன்றுபோட்டார். அவ்வளவுதான். ஆனால், உடல் கிடைக்கவில்லை என்று யாரோ சொல்வதைக் கேட்டபோது எனக்குச் சட்டென்று ஏரி நினைவுக்கு வந்தது. விசாலமான ஆற்றின் ஓரத்தில் நிற்கும்போது நான் கலவரமடைந்தேன். ஏராளமான நினைவுகள் மனதில் அலையெழுப்பின. ஒரு படகிலும் தோணியிலும் ஆட்கள் ஆற்றில் தேடிக்கொண்டிருந்தனர். திடீரென்று நீர்ப்பரப்பின் அடியில் இருந்து ஒரு துடிப்போடு பரல்மீனைக் கொத்தி எடுக்கின்ற நீர்க்காக்கை போன்று ஒருத்தன் கையில் ஒரு உடலோடு மேலே வந்தான். நீர்த்திவலைகள் நாலாபுறமும் தெறித்தன. சடலத்தைப் படகுக்குக் கைமாற்றியதற்குப் பிறகு அவன் மீண்டும் ஆற்றில் பாய்ந்தான். ஒரே பார்வையில் நான் ஆளை அடையாளம் கண்டுகொண்டேன். எனது இதயம் எம்பிக் குதித்தது. நான் யூதாஸ் என்று கூப்பிட முயற்சித்துப் பின் நானாகவே என்னைக் கட்டுப்படுத்திக்கொண்டேன். அவன் 'புரட்சி வெல்லட்டும்' என்று முழக்கமிட்டிருப்பான். 'நக்சல்பாரி ஜிந்தாபாத்' என்றும் 'தைரியம் இருந்தால் அரஸ்ட் செய்யடா' என்றும் முழக்கமிட்டிருப்பான். அதைக் கேட்டதுபோன்று எனக்குத் தோன்றியது. ஆனால், அவனுடைய குரலோ உருவமோ தெளிவாகத் தெரிய இயலாத தூரத்தில் இருந்தேன் நான். ஆற்றில் குதித்து அவனருகில் நீந்திச் செல்லவேண்டும் என்று எனக்கு ஆர்வம் உண்டானது. பார்த்துக்கொண்டிருக்கும்போதே அவன் அலைகளில் மங்கி மறைந்தான்.

ஒரு பெண்ணாக இருப்பதால் நான் அங்கே நிற்பதற்கு விரும்பவில்லை. பதினைந்து வயதைவிடத் தீவிரமாக அந்தக் கணத்தில் யூதாஸை நான் நேசித்தேன். ஆற்றங்கரை வழியாக, இறந்துவிட்ட பையனின் வீட்டுக்கு நடக்கும்போது நான் யூதாஸைப் பற்றித்தான் சிந்தித்தேன். அவன் எங்கேயோ மறைந்துவிட்டான். அவனுடைய செம்பட்டை முடியும் வெளுத்த முகமும் பாதி மயங்கிய துக்கம் நிறைந்த கண்களும் ஆற்று வெள்ளத்தில் அடித்துச்செல்லப்பட்டன. இறந்த பையனின் அம்மா மார்பில் அடித்துக்கொண்டு கதறும்போது அவரிடத்தில் அத்தையின் சாயல் தோன்றியது. நெடுங்காலத்திற்குப் பிறகு மூழ்கி இறந்த ஒருத்தனைப் பற்றிக் கேட்டுக்கொண்டும் உடலை நேரில் பார்த்துக்கொண்டும் இருந்தேன் நான். நெடுங்காலத்திற்குப் பிறகு ஊதுபத்தியின் மணத்தை நான் சுவாசித்தேன். வெள்ளைத்துணியால் மூடிய

உடலில் மலர்வளையம் வைக்கும்போது நீர் ஏறி வீங்கி வெளுத்த கால் விரல்களை நான் பார்த்தேன். நீலவானத்துக்குக் கீழே உறைந்துகிடக்கும் ஏரியில் நீந்திச் சென்ற அந்த உச்சிப்பொழுது என்னை வேட்டையாடியது. எனக்கு யூதாஸைப் பார்த்தே ஆகவேண்டும் என்று தோன்றியது. அவனிடமுள்ள வெறுப்பு திடீரென்று மறைந்துவிட்டது. ஆற்றில் அவன் எங்கே மறைந்துபோனான் என்று நான் கவலைப்பட்டேன். வகுப்புத் தோழர்கள் எல்லாம் திரும்பிப் போனபிறகும் தூண்டில் கொக்கியை விழுங்கிவிட்டது போன்று நான் துடித்தேன். ஆற்றங்கரையில் நான் நிறைய அலைந்தேன். கடைசியில் யூதாஸின் இருப்பிடத்தைக் கண்டுபிடித்தேன். ஆற்றோரத்தில் வெகுதொலைவில், மூன்று நான்கு ஓலைகளைச் சாய்த்தும் சரித்தும் கட்டிய சிறிய குடிசையாக இருந்தது அது. ஆற்றங்கரையின் சகதியில் நடந்து நடந்து கருத்துப்போன பாதங்களை ஆற்றிலேயே கழுவிக்கொண்டு அவனுடைய திண்ணையில் ஏறும்போது நான் மிகவும் தளர்ந்துவிட்டேன்.

அவன் குடித்துக்கொண்டிருந்தான். வாசலில் வந்து நின்ற என்னை அவன் அதிர்ச்சியோடுதான் பார்த்தான். டம்ளரில் இருந்ததை முழுவதும் தீர்த்துவிட்டுத்தான் புன்னகைத்தான். எனக்குத் திடீரென உண்டான உணர்ச்சி மாற்றத்தால் எதுவும் பேச முடியவில்லை. தோளில் போட்டிருந்த பையைத் திருகிப் பிடித்துக்கொண்டு, சேலைத்தலைப்பைச் சுற்றிப் பிடித்துக்கொண்டு வியர்த்த முகத்தோடு நான் அவனை உற்றுப் பார்த்துக்கொண்டு நின்றேன். அவன் மெதுவாக எழுந்து சுவரில் மாட்டிவைத்திருந்த ஒரு சட்டையை எடுத்துப் போட்டுக்கொண்டு பொத்தான்களை ஒவ்வொன்றாகப் போட்டபிறகு என்னை நோக்கித் திரும்பினான்.

“பிரேமாதான?”

அவனுடைய குரல் மரத்துப்போயிருந்தது. எனக்குக் குரல் வெளியே வரவில்லை. இருந்தாலும் அவன் என்னை ஐந்து வருடங்களுக்குப் பிறகும் அடையாளம் கண்டுகொண்டானே என்று இதயம் உற்சாகமடைந்தது.

“பிரேமா என்ன இங்க?”

அவன் அதே மரத்துப்போன குரலில் கேட்டான். அப்போதும் எனக்குக் குரல் எழும்பவில்லை. சிறிது நேரம் கழித்து, ‘நீங்க

என்ன இங்கே' என்று நான் திருப்பிக் கேட்டேன். யூதாஸ் மன்னிப்புக்கோரும் பாவனையில் புன்னகைத்தான். 'கொஞ்சநாளா நான் இங்கேதான் இருக்கிறேன். உங்கள் ஊரைப்பற்றி நான் அவ்வப்போது நினைப்பதுண்டு. பிரேமாவைப் பற்றியும் நான் நினைப்பதுண்டு. வந்து ஒருமுறை பார்த்தால் என்ன என்று தோன்றாமல் இல்லை. ஆனால், புறப்படுகிற நேரத்தில் எனக்குக் காய்ச்சல் கண்டுவிடும். பிறகு நான் எப்படி வருவேன். பார்த்தேதானே, இங்கே எல்லா நாளும் வேலைதான். யாரெல்லாமோ எப்போது பார்த்தாலும் விழுந்து செத்துபோவாங்க...' அவன் மிகச் சாதாரணமாக என்னவெல்லாமோ பேசினான். என் இதயம் துடித்துக்கொண்டிருந்தது. நான் அவனைக் கண்ணிமைக்காமல் பார்த்துக்கொண்டிருந்தேன். யூதாஸ். முதலை யூதாஸ். எனது ஏரியில் இருக்கும் சவங்களை வெளியே எடுத்த புரட்சிக்காரன். எனது விடுதலைப் போராட்டத்தின் போராளி.

"உள்ள வா..."

அவன் அழைத்தான். அறைக்குள் கஞ்சாவின் நாற்றம் நிறைந்திருந்தது. அது என்னையும் மயக்குவது போன்று தோன்றியது. எதற்காக அவனைத் தேடி அத்தனை தூரம் வந்தேன் என்று நான் என்னிடம் கேட்டேன். அவன் எனக்கு யார்? எங்களுக்கிடையில் என்ன உறவு? ஒன்றுமில்லை. இருந்தாலும் எனக்கு அவனை விட்டுப்போவதற்கு முடியாது. நான் வெறுந்தரையில் உட்கார்ந்தேன். அவன் என்னை அடையாளம் கண்டுகொள்வான் என்று நினைக்கவில்லை என்றேன். இந்த இடத்தில் வைத்து என்னைப் பார்ப்பாய் என்று எதிர்பார்க்கவில்லை என்று அவனும் சொன்னான். அவன் மடியில் இருந்து தீப்பெட்டி எடுத்து மண்ணெண்ணெய் அடுப்பைப் பற்றவைத்தான். பின்னர் கொஞ்சம் அரிசியைக் கழிந்து தண்ணீர் ஊற்றி பக்கத்தில் வைத்துவிட்டு அடுப்பில் எரியும் நெருப்பு நீலமாக மாறும் வரை காத்திருந்தான். நெருப்பு முதலில் சிவப்பாகவும் பிறகு மஞ்சளாகவும் எரிந்தது. பின்னர் அது நீலமாகப் பரிணமித்தது. அப்போது அவன் பாத்திரத்தை அடுப்பில் வைத்தான். மிகவும் மெதுவாக தண்ணீர் சூடேறுவதைப் போன்று அவன் பேசத் தொடங்கினான்:

"ஏரி மாதிரியல்ல ஆறு... ஆற்றோட்டம் ரொம்ப மோசமா இருக்கும்... வேனல் காலமா இருந்தாலும் மழைக்காலமா

இருந்தாலும் எதையாச்சும் அடிச்சுக்கிட்டு வரும்... குறிப்பா பெரிய மரங்கள், தேங்காய்கள், சிலசமயம் மிருகங்கள்... ஆனால், ஆற்றோட்டம் ஆற்றோட குற்றமல்ல. அது மனுசனோட குற்றம்... மலைமேல இருக்கற மரங்களையெல்லாம் அவங்க வெட்டிட்டாங்க... அதனால மண்ணு இளகிப்போச்சு. சில இடங்கள்ல ஆறு மேடுதட்டிக் கெடக்குது... வேறு சில இடங்கள்ல பள்ளமாக் கெடக்குது... இருந்தாலும் மனுசன் சும்மா விடுறதில்லை... அவன் மணல் அள்ளுவான்... கரைய ஆக்கிரமிப்பான்... ஹ்ம், சகிக்க முடியாதபோது தண்ணியா இருந்தாலும் எல்லாத்தையும் தகர்த்து எறிஞ்சிடும்...”

நான் திடீரென்று பொறுமையிழந்தேன்.

“தாஸ்...”

“யூ... தாஸ்...”

அவன் திருத்தினான். தண்ணீர் கொதிக்கத் தொடங்கியிருந்தது. அவன் ஆவியை உற்றுப் பார்த்துக்கொண்டு சலனமற்று உட்கார்ந்திருந்தான். எனக்குச் சட்டென்று கோபம் வந்தது. நான் அவன் அருகில் சென்று அமர்ந்து தோளில் தலை சாய்த்தேன். மண்ணெண்ணெய் அடுப்பின் வெளிச்சத்தில் அவனுடைய தாடியும் மீசையும் நீலம்பாய்ந்தன. அவன் கொஞ்சம் சேர்த்தணைத்திருந்தானென்றால் என்று நான் ஆசைப்பட்டேன். ஆனால், அவன் அசையவும் இல்லை, என்னைப் பார்க்கவும் இல்லை.

“நான் இவ்வளவு காலமும் உங்களை எதிர்பார்த்துட்டிருந்தேன்...”

எனது குரலில் அவமதிப்பு நிறைந்தது.

“எதுக்கு?”

தண்ணீரில் விழுந்து விறைத்துச் சுருங்கிய குரலில் அவன் கேட்டான். எனது கோபம் அதிகரித்தது.

“தாஸ்...” நான் அழைத்தேன்.

“என்ன இது, நீங்க என்னோட மனசப் பார்க்கமாட்டேங்கறீங்க? எனக்கு உங்களோட காதல் வேணும். எனக்கு உங்ககூட வாழணும்.”

“எதுக்கு?”

அவன் ஒரு முட்டாளைப்போன்று திரும்பவும் சொன்னான். என்னிடத்தில் பதில் இல்லை. அவனுடைய கேள்வி பொருத்தமானதுதான். நான் எதற்காக அவனைக் காதலிக்கிறேன்? எதற்காக அவனோடு சேர்ந்து வாழ ஆசைப்படுகிறேன்? அவன் அநாதை. முதலை என்ற இரட்டைப் பெயர் உள்ளவன். சவங்களை மூழ்கித் தேடுபவன். என்னைப்போன்ற இளமையும் ஆரோக்கியமும் உள்ள ஒரு பெண்ணுக்குச் சவங்களின் நாற்றமடிக்கும் அவன் எதற்காக? நான் சோர்வாக அவனுடைய மார்பில் சாய்ந்தேன். அவன் அடுப்பையே பார்த்துக்கொண்டு ஒட்டவைத்த சிரிப்போடு உட்கார்ந்திருந்தான். எனக்கு வேதனையாலும் ஏமாற்றத்தாலும் பைத்தியம் பிடிக்கிறது என்று தோன்றியது. நான் அவனிடம் என்னவெல்லாமோ பேசினேன். 'பாருங்க, அன்றைக்கு அந்த உச்சி நேரம் உங்களுக்கு நினைவில்லையா? ஏரியில் நனைந்துபோன நாம் என்னவெல்லாமோ பேசிக்கிட்டிருந்தோமே? நீங்க அன்று பசங்களுக்குப் பெண்களைப் பற்றி வகுப்பு எடுத்துக்கொண்டிருந்தது மறந்துபோச்சா? உங்களை நான் முத்தமிட்டேனில்லையா? நான் தீண்டியபோது உங்களுக்குச் சிலிர்த்துக்கொண்டதில்லையா? உண்மையைச் சொல்லுங்க தாஸ், உங்களுக்கு என்னிடத்தில் ஒரு பெண்ணிடம் தோன்றக்கூடிய உணர்ச்சிகள் தோன்றவில்லையா?' அவன் ஒரு கேள்விக்கும் பதில் சொல்லவில்லை. அதே இருப்பு. அதே மௌனம். மஞ்சள் இதழ்களின் நீலத் தீப்பிழம்புக்கு மேல் தண்ணீர் மட்டும் சப்தத்தோடு கொதித்துக்கொண்டிருந்தது.

பின்னர் அவன் மரத்துண்டுகளைச் சேர்த்துக்கட்டி உண்டாக்கிய கட்டிலில் போய்ப் படுத்துக்கொண்டான். அரிசி வெந்ததும் அடுப்பை அணைத்துவிட்டு நானும் அவனருகில் சென்றமர்ந்தேன். அறையில் இருளும் மண்ணெண்ணெயின் நாற்றமுள்ள அமைதியும் நிறைந்திருந்தது. வாழ்க்கை முடிந்துவிட்டிருந்ததென்றால் என்று ஆசைப்பட்ட கணமாக இருந்தது அது. அவன் நிராகரித்தால் தொடர்ந்து வாழ்வதற்கான ஒரு காரணத்தையும் நான் காணவில்லை. நான் சத்தமில்லாமல் அழுதேன். வெளியே கல் எறிந்தால் ப்ளும் சப்தத்தோடு எழுகின்ற தூரத்தில் ஆறு பலவீனமாக ஓடிக்கொண்டிருந்தது. எப்போதோ அவன் தன்னுடைய விரிய மறுக்கின்ற கைகளால் எனது தோளில் வருடினான். மார்போடு சேர்த்தான். பின்னர் தளர்ந்த, முணுமுணுக்கும் குரலில் பேசத் தொடங்கினான்.

"நாங்களெல்லாம் இளைஞர்களாக இருந்தோம். அது ஒரு மோசமான காலமாக இருந்தது. மனிதர்களுடைய தீயகுணம், பேராசை, இரக்கமின்மை - எல்லாம் எங்களை வேதனைப்படுத்தின. கையைக் கட்டிக்கொண்டு பார்த்துக்கொண்டிருந்தால் அது பெரிய குற்றமாகிவிடும். அதனால்தான் அதற்கு நான் புறப்பட்டேன். நான் டிகிரிக்குப் படித்துக்கொண்டிருந்தேன். எனக்கு என்னைப் பற்றிப் பெரிய பெருமிதம் இருந்தது. அவர்கள் தகர்த்தெறிந்தது அதைத்தான். ஒரு தனிமனிதனுக்கு அவனைப்பற்றிய பெருமிதம். அவனுடைய நெஞ்சுக்கூடு. அது நெறித்து ஒடுக்கப்பட்டபோது நான் நானாக இல்லாதுபோனேன்... நான் வெறும் காட்டிக்கொடுப்பவன் ஆனேன்..."

அவனுடைய கன்னத்தின் வழியாக சுடுகண்ணீர்த்துளிகள் வடிந்துகொண்டிருந்தன. அவனுடைய நெஞ்சில் என்னுடைய கண்ணீர் புரண்டது. அவனுடைய நெஞ்சுக்குள்ளிருந்து பெரிய பாறைக்கு அடியில் இருந்து வருவது போன்று ஹுங்காரம் எழுந்தது. கண்ணீரின் பெரிய நீர்த்தேக்கம் ஒன்று அவனுடைய மிருதுவான நெஞ்சுக்குள் இருப்பதாக எனக்குத் தோன்றியது.

காகிதம் ஒட்டிவைத்து மறைக்கப்பட்ட ஜன்னல் கண்ணாடிகள் உள்ள பெரிய இருட்டறைதான் அக்காலத்தைப் பற்றிய மிகப்பெரிய நினைவு - அவன் சொல்லிக்கொண்டிருந்தான். உள்ளே நுழையும்போது மோசமான கெட்ட வாடையடித்தது. சிறுநீருடையதோ மலத்துடையதோ ரத்தத்துடையதோ மரணத்துடையதோ. அழுகை எப்போதும் ஓங்கிக் கேட்டது. அழுகை அசாதாரணமாக இருந்தது. ஆட்கள் அவரவர் அல்லாமல் ஆகிப்போகின்ற அழுகை. அவர்களெல்லாம் இன்னும் அதிகமாக அழாமல் இறந்துபோயிருந்தார்கள் என்றால் என்று நான் ஆசைப்பட்டேன். அவர்கள் எல்லோரும் நான் நேசித்தவர்கள். அவர்களுடைய உடல் துன்புறுத்தப்பட்டபோது எனக்கும் வலித்தது. அறியாமல் நான் சொல்லிவிட்டேன். ஒவ்வொருத்தரும் ஒவ்வொருவருடைய பெயரைச் சொன்னோம். ஒரு சங்கிலி போன்று அவர்கள் ஒவ்வொரு கண்ணியாகக் கண்டுபிடித்தனர். அவற்றையெல்லாம் கோர்த்து வைத்து ஒரு கதையை உண்டாக்கினார்கள். அதில் நான் மட்டும் யூதாஸானேன்.

நான் கைநீட்டி அவனுடைய கண்ணீரைத் துடைத்தேன்.

"நீங்க யூதாஸல்ல..."

"நான் சொல்லிட்டனே பிரேமா... எனக்குத் தெரிஞ்சதையெல்லாம் நான் சொல்லிட்டனே..."

அவன் உடைந்து அழுதான். "சுனந்தாவைப் பத்தி நான் சொல்லிட்டனே. அவளை நான் காதலிச்சேன். இருந்தாலும் அவளோட பேர நான் சொன்னேன். அவள் என்னைவிட தைரியமானவள். எத்தனை துன்புறுத்தியும் அவள் அழல. ஒரு சொல்லும் சொல்லல. அவளைத் துன்புறுத்தறதப் பார்த்துத் தாங்க முடியாம நான்தான் இன்னொருத்தரையும் காட்டிக்கொடுத்தேன். சுனந்தாவையும் அவளோட நண்பனா இருந்த ஒரு ராஜனையும் அவங்க கொன்னாங்க. அந்தப் பிணங்கள அவங்களுக்காக நான்தான் பள்ளத்தாக்குல எறிஞ்சேன். என்னால தூங்க முடியல, பிரேமா. ஏரியில மூழ்கினாலும் எந்தக் கடல்ல முங்கி எந்திரிச்சாலும் ஆத்தோட போனாலும் அந்தப் பள்ளத்தாக்கோட சத்தம் என் காதுல முனங்கும். நான் காட்டிக்கொடுக்கறவன். ஆனால், நான் என்னைத்தான் காட்டிக்கொடுத்தேன்."

அவனுடைய நெஞ்சுக்கூடு விசும்பலில் அலையடித்துக் கொண்டிருந்தது. எனக்குத் தலை கனத்துக்கொண்டிருந்தது. அந்த நேரத்திய மனச்சிதறலில் நான் நிலைதடுமாறி வேதனையின் பள்ளத்தாக்கிலும் தடுமாற்றங்களின் பள்ளத்தாக்குகளிலும் ஆழ்ந்தேன். இரவு முழுவதும் அவன் தேம்பினான். 'தூங்குங்க,' நான் அரைத்தூக்கத்தில் கிசுகிசுத்தேன். 'எனக்கு உறக்கம் வராது, பிரேமா.' அவன் என்னைச் சேர்த்தணைத்தான். 'உனக்குப் புரியாது, காட்டிக்கொடுப்பவனுக்கு ஒருபோதும் உறக்கம் வராது.' அவன் அன்று உறங்கியிருக்க மாட்டான். ஆனால், நான் நேசிக்கப்படுகிறேன் என்ற எண்ணம் காரணமாக இருந்திருக்கவேண்டும், நன்றாக உறங்கினேன். உறக்கத்தில் நான் இருளையும் ராட்சத இலைகளுள்ள சிவந்த கொடிகளையும் கனவு கண்டேன். இரண்டு பாறைகளுக்கு இடையில் ஒரு பக்கம் பிய்ந்துகொண்டிருக்கின்ற ஒரு தூக்குப் பாலத்தின் வழியாக நான் நடந்துசென்றேன். தூக்குப்பாலம் பாதி வழியில் அறுந்து விழுந்தது. படுபாதாளமான பள்ளத்தாக்கில் பாலம் ஒரு மீன்கொத்தியைப் போலவும் நான் பறவை அலகில் இருந்து தெறித்த பரல் மீனைப்போலவும் நிலம் தொட்டோம். தண்ணீரில் மூழ்கிப்போவது போலத்தான் காற்றில் வீழ்வதும் எனக்கு அனுபவப்பட்டது. காதலின் மேலாதிக்கத்தில் எனக்குக் காற்றுக்கும் நீருக்கும் இடையில் எந்த வேறுபாடும் தெரியவில்லை. தாழ்ந்து தாழ்ந்து செல்லும்போது

என்னை எதிர்பார்த்து கண் திறந்து சிரித்துக்கொண்டு காத்திருப்பது யாருடைய சவமாக இருக்கும் என்று மட்டும் சந்தேகம் தோன்றியது. அந்தப் பாதி மயக்கத்திலும் எனக்குச் சுனந்தா என்ற பெண்ணின்மீது பொறாமை தோன்றியது. யூதாஸ் என்னுடையவன். அவன் எனக்கு வேண்டும். விழித்தெழும்போது நான் அவனைப் புதியதொரு உலகத்திற்கு அழைத்துச்செல்வேன். நாங்கள் ஒரு புதிய உலகத்திற்காக ஒன்றிணைந்து போராடுவோம்.

'புதிய உலகம், புதிய ஜனநாயகம். புரட்சி வெல்லட்டும்.' நான் முணுமுணுத்தேன். 'நக்சல்பாரி வளரட்டும்.'

காலையில் நான் எழுந்தபோது யூதாஸ் அங்கே இல்லை. காக்கை தொடாத பலிச்சோறு போன்று குளிர்ந்த சோறு அடுப்பின் மேல் திறந்து வைக்கப்பட்டிருந்தது. அவனுடையதும் என்னுடையதும் கண்ணீரின் ஈரம் மட்டும் எனது நெஞ்சில் மிஞ்சியிருந்தது. நாங்கள் உருவாக்கவேண்டும் என்று நான் ஆசைப்பட்ட புதிய உலகம் சூனியமாய் இருண்டு கிடந்தது. மூன்றாம் நாள் நீர்ப்பரப்பின்மேல் மிதந்து வருகின்ற சடலத்தைப் போன்று நான் உள்ளே வெறுமையாகிக் கோழிக்கோட்டில் இருக்கும் எனது விடுதி அறைக்குத் திரும்பிச் சென்றேன்.

நான்கு

"அவள கொன்னுட்டாங்க. கொன்னது எனக்குத் தெரியும். அம்மா அழுது அழுதுதான் செத்தாங்க. ஓ, அழுது என்ன ஆகப்போகுது? அப்ப நான் புள்ளையப் பெத்துட்டுப் படுத்திருந்தேன். இங்க போலீஸ் வந்து போனாங்க. அன்னைக்கி இது ஓலைக்குடிசை. என்னோட வீட்டுக்காரர அடிச்சு நொறுக்கிட்டாங்க. அவருக்குக் கடைசியில காசநோய் வந்துருச்சு. வேல செய்ய முடியாம நரகவேதனைய அனுபவிச்சுத்தான் செத்தார். அவொ என்னோட தங்கச்சியா இருந்ததுனால சொல்லல – நல்ல ஒரு பொண்ணு. ஆம்பளைங்க தோத்துப்போற மன உறுதி. அவளுக்கு இதெல்லாம் தெரியும். இது இப்படித்தான் முடியுமுன்னும் கொஞ்சம்பேர் செத்தா என்ன, மிச்சமிருக்கறவங்க நல்லா வாழட்டும்னும் சொன்னா, அவொ. கடைசியில அப்படித்தான் செத்துப்போனா. ஆனா, அவொ செத்தும் பாக்கியுள்ளவங்களுக்கு நல்லது நடந்துச்சா? எனக்குத் தெரியலம்மா. சிலசமயம் யோசிக்கறதுண்டு. அவங்களெல்லாம் என்ன ஆனாங்களோ நாம இப்படியாவது வாழறமே?"

சுனந்தாவின் அக்கா ஓலை பின்னுவதற்கு இடையில், நிறுத்தாமல் பேசிக்கொண்டிருந்தார். பள்ளத்தாக்கில் சுனந்தா போனதைப் பற்றித் தீவிரமாகச் சிந்திக்காமல் இருப்பதற்கு முயன்றுகொண்டிருந்தேன் நான். சுனந்தாவின் அக்காவைக் கண்டுபிடிப்பதற்கு மிகவும் சிரமப்பட்டேன். நெருக்கடிநிலைக் காலத்தைக் குறித்துக் கட்டுரை எழுதுவதற்காகப் போகின்ற பத்திரிகைக்காரியின் வேடமிட்டுத்தான் நான் முகவரியைக் கண்டுபிடித்தேன். 'ஓ, எல்லாவற்றையும் சகித்துக்கொள்ளலாம், இந்தக் கட்டுரை எழுதுவதுதான் பயங்கரம்.' சிபிஐ-எம்எல் அலுவலகத்தில் பழக்கமான தாடியும் முடியும் நரைத்த மாஷ்[1] கிண்டலாகச்

1. ஆசிரியர், மரியாதைக்குரிய நபர்.

சிரித்தார். 'படிக்கல்லும் புலிக்கோடனும்[2] எல்லாம் எவ்வளவோ பரவாயில்லைன்னு தோணும் உங்களோட தொடக்கமும் முடிவுமில்லாத இலக்கியத்த வாசிக்கும்போது.' குற்றவுணர்வுடன் நான் சிரித்தேன். தாஸ் மீதான காதல்தான் எனது சிரிப்புக்குப் பின்னால் இருக்கிறது என்பதை அவர் புரிந்துகொள்ளவில்லை. சுனந்தாவைப் பற்றி அவருக்குச் சிறிதளவே தெரிந்திருந்தது. 'ஒரு சுனந்தாவையும் ஒரு ராஜனையும் கைது செய்தனர் என்பதற்கு இருக்கும் ஒரே ஆதாரம் தாஸின் மொழி மட்டும்தான்.' அப்பாவுக்குப் பிறகு தாஸைப் பற்றி முதலில் சொன்னதும் அவர்தான். எனது இதயம் நடுங்கியது. "தாஸ்?" நான் பரிச்சயமில்லாதது போன்று கேட்டேன். "ஆமாம், தாஸ். கேட்டதில்லையா அந்தப் பேர... ஓ, அன்னைக்கி நிறைய ராஜன்களும் தாஸ்களும் இருந்தாங்க. இது பி.யு.தாஸ். ஒரு புத்திசாலிப் பையன். இப்பவும் இருக்கிறான். ஆனா, எங்கேன்னு தெரியல. அவனுடைய மனசு முழுசா தகர்ந்து போச்சு." "சுனந்தாவை அவர் காதலித்தாரா?" நான் பொறாமையை அடக்கிப்பிடித்துக்கொண்டு கேட்டேன். "ஓ, அப்படியெல்லாம் பல கதைகளக் கேட்கலாம். அப்படிப்பட்ட காலமில்லையா குழந்தே, காதலெல்லாம் இருந்திருக்காது. எல்லாருமே ஒரு பெரிய நோக்கத்துக்காக உயிரத் தியாகம் பண்ண ஆரம்பிச்சிருந்தாங்க இல்லையா? உண்மையில உருட்டிக்கொல்லறது அதோட முக்கியமான விசயமா இருக்கல. கேரளத்துல பல பாகத்துலயும் அத்தன வயசுப் பசங்க அரசாங்கத்த எதுத்து நிக்கிறதுக்குத் தயாரானாங்கன்னு சொல்லணும்." அவர் பெருமூச்சு விட்டார்.

சுனந்தாவின் அக்காவும் அதுபோலவே பெருமூச்சு விட்டார். "கொஞ்சம் பேர் வாராங்க. அவங்களுக்குப் பழைய கதைகளத் தெரிஞ்சுக்கணும். எப்படி அடிச்சாங்க, எப்படி உதச்சாங்க, எப்பொ கடைசியா பார்த்தீங்க. எல்லாம் முடிஞ்சுதில்லையா? போனவங்க போயாச்சு. பள்ளத்தாக்குல போட்டுட்டதா தாஸ் சொன்னான். சரியாத்தான் இருக்கும். அவளோட கால்ல பிரம்பால அடிச்சாங்க. காயத்துல மிளகாய்ப்பொடியத் தடவுனாங்க. நெஞ்சுல மிதிச்சுத் தேச்சாங்க. அவளோட முலைக்காம்ப நசுக்கி அழிச்சாங்க. என்ன செஞ்சா என்ன, அவொ அழுகல. அவளுக்கு எங்க அப்பாவோட சுபாவம். அப்பா அப்படியிருந்தாரு. கள் இறக்குற தொழிலாளர்

2. நெருக்கடிநிலைக் காலத்தில் நக்சல்பாரி இயக்கத்தினர் காயண்ண காவல் நிலையத்தைத் தாக்கியதாகச் சந்தேகப்பட்டு அழைத்துச் செல்லப்பட்ட ராஜன் என்பவர் கக்கயம் காவல் முகாமில் வைத்துக் காவல்துறை அதிகாரிகளான ஜெயராம் படிக்கல்லும் புலிக்கோடன் நாராயணனும் விசாரணையின் பேரில் செய்த சித்தரவதையால் இறந்துவிட்டார்.

போராட்டத்துல மிதி வாங்கியிருக்காரு. அப்பாவோட வாய் வழியா ரத்தம் கொட்டுச்சு. அப்பவும் இங்கிலாப் ஜிந்தாபாத்னு சொன்னாரு.”

எனது கண்கள் நிறைந்தன. நான் முகம் தாழ்ந்து தேம்பி அழுதேன். அது என் அப்பாவை நினைத்தாக இருந்தது. அது தெரியாமல் அவர் என்மீது பரிவு காட்டினார். “அழாதே குழந்தே” – அவர் சமாதானப்படுத்தினார். “அதெல்லாம் ஒரு காலம். போயிடுச்சில்லையா? கவலைப்படாம இரு. பத்தாம் வகுப்பு முடிச்சுட்டு டைப்பிங் படிச்சுக்கிட்டிருந்தா சுனந்தா. நூலகத்துல இருந்துதான் இயக்கத்தோட உறவு தொடங்குச்சு. பலரையும் அரஸ்ட் செஞ்சிருந்தாங்க. கொஞ்சம்பேரு வெளிய வந்தாங்க. ஆனா, சுனந்தா போயிட்டா. படிச்சு பாஸாயி ஒரு வேல கெடைக்கணும்னு அவொ கனவு கண்டுட்டு இருந்தா. நாந்தான் வளர்த்தேன். எனக்கு அவொ தங்கச்சியா இருக்கல, மகளாவே இருந்தா. ஒரு இத்துனூண்டு மண்ணக் கிள்ளிபோட்டுக்கூட நாங்க துன்புறுத்துனது கிடையாது. காலனுங்க எப்படியெல்லாம் நோகடிச்சாங்களோ யாருக்குத் தெரியும். சேலையப் புடிச்சு அவுத்துட்டதா தாஸ் சொன்னான். ஒண்ணுமே உடுக்காம நிறுத்தி வச்சாங்க. அடிச்சாங்க. உள்ளங்கால்ல பிரம்ப வச்சு இடிச்சப்ப சதை செதறிப்போச்சு. ஆனா, அவொ அழுகல. அவொ அப்படிப்பட்டவ. அழுகல. அவள அழவைக்கறதுக்கு அவங்களால முடியலைன்னு தாஸ் சொன்னான்.”

“தாஸ் – தாஸ அதுக்கப்புறம் பார்க்கறதுண்டா?”

“ஆமா, அப்பப்ப வருவான்... அவனுக்கு எங்கள விட்டா வேற யாரு இருக்கா?”

“அவங்க ஒருத்தரையொருத்தர் விரும்புனாங்களா?”

அவர் சிரித்தார். “அவொ நல்ல அழகி. அப்புறம் அசாதாராணமான தைரியம். தாசுக்கு அவகிட்ட ரொம்ப மதிப்பிருந்துச்சு. விரும்புனாங்களோ காதலிச்சாங்களோ – எனக்குத் தெரியாது. அவளப் புடிச்சதுக்கு அவன்தான் காரணம்னு அவன் நினைக்கிறான். அதனாலதான் கொன்னங்கன்னும். அதெல்லாம் இல்லை, அவன் சொல்லாம இருந்திருந்தாலும் அவங்க அவளப் புடிச்சிருப்பாங்க. அது அப்படிப்பட்ட காலமில்லையா?”

“சுனந்தாவையும் ராஜனையும் தாஸ் காட்டிக்கொடுக்கலையா...?”

"ஏய்! அவனுக்கு அதப்பத்தி என்ன தெரியும்? அவனுக்கு ஒண்ணுந்தெரியாது... அப்படி நடந்துச்சுங்கறது அவனோட நெனப்பு..."

"தாஸ் சாதுவான பையன். கவிஞன். சுனந்தாவ நேசிச்சானா. தாஸ் எல்லாரையும் நேசிச்சான். நல்ல வீட்டுப் பையன். அம்மா மட்டுந்தான் இருந்தாங்க. மகன் உடஞ்சுபோனதப் பார்த்த வேதனையில அந்த அம்மா செத்துப்போனாங்க."

"இப்ப தாஸ் எங்க இருக்காரு?"

நான் கேட்டேன்.

"யாருக்குத் தெரியும். அவன் அப்பப்ப வருவான். என் கையில கொஞ்சம் காசு கொடுப்பான். எனக்கு அதோட தேவை ஒண்ணும் இல்லை. அதச் சொன்னா அவன் வருத்தப்படுவான். அதனால நான் அத வாங்கிக்குவேன்..."

நான் கிளம்புவதற்காக வெளியே வந்தபோது சுனந்தாவின் அக்கா மகள் படியேறி வந்தாள். அமிர்தா இன்ஸ்டிடியூட்டில் ஏதோ கோர்ஸ் படிப்பதாக அவள் சொன்னாள். 'இவளை மாதிரி இருந்தாள் சுனந்தா.' அக்கா சொன்னார். நான் அவளைக் கண்கள் விரியப் பார்த்தேன். கொஞ்சம் கருத்த பெண். ஐஸ்வர்யமுள்ள முகம். ஒருவிதமான திடகார்த்தத்தை அவளுடைய முகத்தில் நான் பார்த்தேன் எனக்குத் திடீரென்று தாழ்வு மனப்பான்மை தோன்றியது. சுனந்தாவைப் போன்ற ஒரு பெண்ணை நேசித்த தாஸால் என்னை ஒருபோதும் நேசிக்க முடியாது. நான் உள்ளே ஒன்றுமில்லாத ஒருத்தி. தண்ணீரில் மூழ்கிப்போகின்றவள். அழுகுகின்ற மாமிசத்தின் நாற்றத்தை ஊதுபத்தியால் மறைப்பதற்கு முயற்சிக்கின்ற பரம்பரையையும் சுமந்துகொண்டு அலைந்து திரிகின்றவள்.

அங்கிருந்து திரும்பும்போதுதான் நான் முதன்முதலாக பைபிள் வாங்கினேன். அதில் யூதாஸின் பகுதியை நான் தேடினேன். அப்போஸ்தலன்மார்களின் செயல்பாடுகள் என்ற அத்தியாயத்தில் யூதாஸைப்பற்றி நான் இவ்வாறு வாசித்தேன்:

"சகோதரர்களே, இயேசுவைப் பிடித்தவர்களுக்கு வழிகாட்டின யூதாஸைக் குறித்துப் பரிசுத்த ஆவி தாவீதின் வாக்கினால் முன் சொன்ன வேதவாக்கியம் நிறைவேற வேண்டியதாயிருந்தது.

அவன் எங்களில் ஒருவனாக எண்ணப்பட்டு, இந்த ஊழியத்திலே பங்குபெற்றவனாய் இருந்தான் அல்லவா - அநீதியின் கூலியினால் அவன் ஒரு நிலத்தைச் சம்பாதித்து, தலைகீழாக விழுந்தான். அவன் வயிறு வெடித்து, குடல்களெல்லாம் சரிந்துபோயிற்று. இது எருசலேமில் உள்ள குடிகள் யாவருக்கும் தெரிந்திருக்கிறது. அதனாலே, அந்த நிலம் அவர்களுடைய மொழியில் ரத்தநிலம் என்று பொருள் கொள்ளும் அக்கெல்தமா என்று பெயர் பெற்றது...”

நான் புத்தகத்தை மூடிவைத்தேன். அதற்குப் பிந்தைய இரவுகளில் யூதாஸை மறக்க முயன்றேன். கடுமையான மன உளைச்சல் என்னைப் பலவாறு பாதித்தது. கடுமையான தலைவலியும் பசியின்மையும் வழக்கமாகிவிட்டன. சைனசிட்டிஸும் அல்சரும் படுத்தியெடுத்தன. கண்மூடும்போது அப்பாவைக் காவலர் சீருடையில் கண்டேன். காகிதம் ஒட்டி ஜன்னல் கண்ணாடிகளை மறைத்து வைத்த ஹாலுக்குள் அப்பா மெலிந்த உடலும் விரிந்த நெஞ்சும் உள்ள இளைஞர்களை வரிசையாக நிறுத்தி வைத்திருந்தார். பாட்டில்களின் பெரிய மலைக்குக் கீழே இருந்து அப்பா குடித்துக்கொண்டிருந்தார். அப்பாவின் அடியேற்று இளைஞர்கள் வாந்தியெடுத்த ரத்தத்தின் உப்பையும் கசப்பையும் நான் நாவில் உணர்ந்தேன். முலைக்காம்பு பிய்ந்து போகும்போது இருக்கும் உயிர்போகும் வலியை நான் அனுபவித்தேன். நிரந்தரமான சிகிச்சைக்கு என் கையில் பணம் இருக்கவில்லை. படிப்பை முடிக்காமலேயே நான் வீட்டிற்குத் திரும்பிச் சென்றேன்.

ஏரிக்கரையில் இருக்கும் கிராமத்திற்குத் திரும்பிச் சென்ற நாள் எனக்கு இன்னும் நினைவிருக்கிறது. ஏரியில் இருந்து வரும் காற்றில் காய்ந்த இலைகள் வட்டமடிக்கின்ற ஆலமரத்தடியில் பேருந்திலிருந்து இறங்கும்போது ஒரு அடிகூட நடக்க முடியாமல் நான் களைத்துப்போயிருந்தேன். எனது நாலுகெட்டு வீடு கரையான் பிடித்து, செல்லரித்து, ஒட்டடை படிந்து எனக்காகக் காத்திருந்தது. நடுக்கவாதமும் ஸிரோஸிசும் காரணமாக அப்பா படுத்த படுக்கையாகிவிட்டார். பெரிய அத்தை மட்டுமே அப்பாவைக் கவனித்துக்கொண்டிருந்தார். பாலுவின் அப்பா இறந்தபோது கிடைத்த காப்பீட்டுத் தொகையின் வங்கி வட்டிதான் எங்களுடைய குடும்பத்தின் முதன்மையான வருமானம். அவர் குழிவிழுந்த கண்களில் வெறுமையோடு சோறு பரிமாறும்போது நான் பாலுவை நினைக்காமல் இருக்க முயன்றேன். அவனைப்பற்றி நினைக்கும்போதெல்லாம் பவளப்பாறைகள் போன்று துளைகள்

விழுந்த முகம்தான் மனதில் தோன்றியது. ஏரியில் இப்போது யாரும் மூழ்கி இறப்பதில்லையோ என்று நான் பெரிய அத்தையிடம் வேடிக்கையாகக் கேட்டேன். பெரிய அத்தையின் முகம் வாடியது. எனக்கு நினைப்பதற்குச் சவங்கள் மட்டுமே மிஞ்சுகின்றன. செத்துப்போனவர்களின் முகங்கள். தண்ணீரில் கிடந்து வீங்கி, வெளுத்து மீன் அரித்த முகங்கள்.

அவ்வப்போது நான் தென்புறப் புறக்கடையில் ஓங்கி வளர்ந்து நிற்கும் மாமரத்தின் அடியில் நின்று தொலைவில் உள்ள ஏரியைப் பார்த்தேன். குன்றுகளுக்கிடையில் சிக்கிச் செத்துப்போன திமிங்கிலத்தைப் போன்று ஏரி வெளிறிக்கிடந்தது. குன்றுகள் பசுமையை இழந்திருந்தன. தொலைவில் உள்ள குன்றில் ரப்பர் தோட்டத்தை வெட்டி அகற்றிவிட்டுப் புதிய செடிகள் நட்டிருந்தமையால் அதுவும் தரிசு நிலம்போலக் கிடந்தது. ஏரிப்பரப்பில் ஒன்றிரண்டு படகுகள் எப்போதும் சோம்பலாக நகர்ந்துகொண்டிருந்தன. வேண்டாமென்று இருந்தாலும்கூட அந்த நேரமெல்லாம் நான் தாஸை நினைத்தேன். முதலை யூதாஸ். எனது மனதின் அடிப்பாகத்தை நோக்கி அவன் திரும்பத் திரும்ப முக்குளித்து இறங்குகிறான். சவங்களைச் சுமந்து வந்து கரையில் சேர்க்கிறான்.

சில வருடங்கள் நான் வீட்டிலேயே இருந்தேன். வீடு ஒரு வதைமுகாமாக அனுபவப்பட்டது. தம்பிகள் இருவரும் வளர்ந்திருந்தார்கள். ஒருத்தன் பெந்தகோஸ்த்தில் சேர்ந்தான். இன்னொருவன் சாராயம் கடத்துபவனாகவும் ஊரில் ரவுடியாகவும் ஆனான். அம்மாவின் ஒரு கருப்பு வெள்ளை நிழற்படம் வைத்து மாலை போட்டிருந்த அறையில் நான் ஒதுங்கி வாழ்ந்தேன். எனக்கு அம்மாவின் அன்பு கிடைத்ததில்லை. அம்மாவுக்கு அப்பாவின் அன்பு கிடைத்ததில்லை. எங்களில் யாருக்கும் மற்றவர்களின் அன்பு கிடைத்ததில்லை. வாழ்க்கை எப்போதும் ஏதேதோ நெருக்கடி நிலைகளுக்கு ஆட்பட்டிருந்தது. யாருக்கும் பேசுவதற்குத் தைரியம் வரவில்லை. யாருக்கும் அன்பு காட்டுவதற்குத் தைரியம் வரவில்லை. அல்சர் தீவிரமடைந்து எனக்கு வாயில் ரத்தம் வரத் தொடங்கிய அன்றுதான் எனது தம்பியைக் காவலர்கள் கைது செய்தனர். அப்பா தலையைத் தூக்க முடியாமல் படுத்துக்கிடந்தார். அர்த்தராத்திரியில் வீட்டு வாசலுக்குக் காவல்துறை வேன் வந்து நின்றது. பெரிய அத்தை கதவைத் திறக்கும்போது பூட்ஸ்களின் சப்தம் நாலுகெட்டின் நடு முற்றத்தில் ஒலித்தது. கண்களைக் கசக்கிக்கொண்டு வெளியே

வந்த என்னைத் 'திருட்டுக் கண்டாரோளி மவளே' என்று சொல்லிப் பிடித்துத் தள்ளினர். அப்பாவின் அறை வாயிலில் போய் விழுந்தேன். எனது நெற்றி சுவரில் அடித்து ரத்தம் பெருக்கெடுத்தது. வாய் வழியாக அல்சரின் ரத்தமும் கொட்டியது. எனக்குப் பேரானந்தம் உண்டான நிமிடமாக இருந்தது அது. அப்பாவுக்காக என்னால் கொஞ்சம் ரத்தம் கொடுக்க முடிந்ததே. தம்பியை அவர்கள் பிடித்துக்கொண்டு போனபோது அப்பா நடுக்கத்துடன் எழுந்து உட்கார்ந்திருந்தார். லாக்கப்பில் வைத்துத்தான் அவன் செத்திருப்பானாக இருக்கும். அடுத்த நாள் காவலர்கள் என்னைக் கூப்பிட்டு, தம்பி லாக்கப்பில் இருந்து தப்பியோடிவிட்டான் என்று சொன்னார்கள். அதற்கு அடுத்த நாள் ஏரியில் அவனது சடலம் மிதந்தது.

அவனது சவத்தைக் கரைசேர்ப்பதற்கு மீன் பிடிப்பவர்கள் யாரும் தயாராக இல்லை. இயல்பாகவே நான் யூதாஸை நினைத்தேன். சிறு வயதில் அவன் ஒரு வலைபோன்று ஏரியை நோக்கிக் கைகளை விரித்துக் குதித்துக்கொண்டிருந்தான். ஏரி அவனுக்கு முன்னால் சோர்வுற்ற காதலியைப் போன்று கீழடங்கிக்கிடந்தது. அவனுக்குத் தனது கற்பத்திலிருக்கும் ரகசியங்களை வெளிப்படுத்தியிருந்தது. இப்போது ஒரு தமிழன்தான் சவத்தை எடுக்க வந்தான். கருத்துத் தடித்த மஞ்சள் கண்களுள்ள ஒருத்தன். அவன் குடித்துவிட்டுத்தான் ஏரியில் இறங்கினான். தொடையிலும் நெஞ்சிலும் முதுகிலும் நீலம் பாய்ந்த காயங்கள் இருந்த தம்பியின் சடலத்தை அவன் கரைக்குக் கொண்டுவந்தபோது நான் கண்ணீர் இன்றிப் பார்த்துக்கொண்டு நின்றேன். கரைக்குக் கொண்டுவந்ததும் தமிழனுக்குப் பேராசை பிடித்துக்கொண்டது - ஆயிரத்து ஐநூறு ரூபாய். யாரெல்லாமோ பேரம் பேசினார்கள். என் கையில் பணம் எதுவும் இல்லை. ஊர்க்காரர்கள் எல்லாம் சேர்ந்துதான் அவனுக்குப் பணம் கொடுத்தனர். தம்பியின் சவம் விறைத்து வளைந்து கிடந்தது. அவனை அவர்கள் உருட்டிக் கொன்றார்கள் என்று அவனுடன் கைதானவர்கள் சொன்னார்கள். அப்போதும் எனக்கு அழுகை வரவில்லை. நாலுகெட்டு வீட்டின் வாசலில் ஊதுபத்திகளைப் பற்றவைத்து அவனது சடலத்தைக் கிடத்தினார்கள். அப்பாவை யாரெல்லாமோ கைத்தாங்கலாகக் கூட்டிவந்து அவனைக் காண்பித்தனர்.

"என் மகன்... என் மகன்..."

அப்பா கொஞ்சமாகத் தேம்பினார்.

"போலீஸ்காரங்க உருட்டிக் கொன்னுட்டாங்க."

நான் எல்லோருக்கும் கேட்கும்படியாகச் சொன்னேன்.

"போலீஸ்காரங்களா...?"

அப்பா குழிவிழுந்து சோர்ந்த கண்களால் என்னை நம்பிக்கையின்றிப் பார்த்தார். எனக்கு அந்த முகபாவம் பிடித்திருந்தது. தம்பியிடம் எனக்கு அன்பு தோன்றியது. அப்பாவுக்காக அவனால் ஆனமட்டும் அவனும் பிராயச்சித்தம் செய்தான். எங்கள் வீடு இன்னொருமுறையும் இருண்டுபோனது. ஊதுபத்திகளின் வாசம் என் உறக்கத்தைக் கெடுத்தது. ராத்திரிகளில் நான் யூதாஸை நினைத்து உருண்டும் புரண்டும் படுத்துக்கிடந்தேன். எனக்கு அவனது அன்பின்றி வாழ்வது சாத்தியமில்லை. காட்டிக்கொடுப்பவனுக்கு மட்டுமல்ல, அவனது காதலிக்கும் உறக்கம் வராது. அவளுக்கும் உடலில் இருக்கும் எரிச்சல் தீரப்போவதில்லை. பாழடைந்த கெட்டவாடை நிறைந்த எனது நாலுகெட்டு வீட்டில் கரையான் அரித்து எனது ஜென்மமும் ஒடுங்கிப்போகும் என்று நான் பயந்தேன். அதற்கு நான் அனுமதிக்கமாட்டேன். அதற்கு முன்பே நான் ஏரிக்குப் போவேன். காலில் ஒரு கல்லைக் கட்டிக்கொண்டு ஆழப்பகுதிக்கு நீந்திச் செல்வேன். சிவந்த சேறுள்ள அடித்தட்டில் இலைகள் இல்லாத நீர்த்தாவரம் போன்று வேர் ஆழ்த்தி எனது உடலும் அலைகளில் அசைந்தாடும். எனது சவத்தை மூழ்கி எடுப்பதற்கு யூதாஸ் நீந்தி வருவதை நான் கற்பனை செய்தேன். எனக்கு அழுகை வந்தது. என்னை அழவைப்பதற்கு நான் அவனை மட்டுமே அனுமதிப்பேன்.

ஐந்து

"எல்லாருடைய இருதயங்களையும் அறிந்திருக்கிற ஆண்டவரே, யூதாஸ் விட்டுச்சென்ற இந்த ஊழியத்தினுடையதும் அப்போஸ்தலத்தினுடையதும் பதவியைப் பெறவேண்டுவதற்கு இந்த இருவரில் நீர் யாரைத் தேர்ந்தெடுத்திருக்கிறீர் என்பதைக் காண்பித்தருளும் என்று வேண்டி, அவர்களுடைய பெயருக்குச் சீட்டைப் போட்டார்கள். சீட்டு மத்தியாசுவுக்கு விழவும் அவர் பதினொரு அபோஸ்தலக்காரர்களில் ஒருவராகச் சேர்த்துக்கொள்ளப்பட்டார்..."

எல்லா நாளும் பைபிளில் இந்தப் பகுதிகளை நான் வாசித்தேன். ஒவ்வொரு முறை வாசிக்கும்போதும் யூதாஸை நினைத்தேன். அவனுடனான அன்பு, இதயத்தில் ஏற்றிவைத்த சுடர்போன்றிருந்தது. அது அணையாது இருப்பதற்காக இதயம் மெழுகுவர்த்திபோன்று உருகியது. நான் அவனுக்காக எல்லா நாளும் அழுதேன். அவனுக்காகக் கக்கயம் முகாமுக்குச் சென்று எல்லா நாளும் அடியேற்றேன். எனது நோய்கள் முற்றிக்கொண்டிருந்தன. அப்பா படுத்திருக்கும் அறையைச் சுற்றிலும் அழுகிய வாடை நிறைந்திருந்தது. கருத்த கம்பளி போர்த்திய எலும்பும் தோலுமாக இருந்த உருவத்தைப் பார்க்கும்போதெல்லாம் நான் ஏரியில் மூழ்கிய அந்த முதலாவது நாளில் அடிப்பகுதியில் சவத்தைப் பார்த்தபோது இருந்ததைப்போன்று அதிர்ச்சியடைந்தேன். அப்பாவுக்கு உறக்கம் வருவதில்லை. இரவில் அவ்வப்போது அப்பா பலவீனமான குரலில் 'யாரு அழுதது' என்று கூப்பிட்டுக் கேட்டார். 'தண்ணீர் உறுமுது.' சில அர்த்த ராத்திரிகளில் அப்பா உளறினார் - 'பள்ளத்தாக்கில் தண்ணீர்.' 'எந்தப் பள்ளத்தாக்கில்' என்று நான் கேட்டதில்லை. பள்ளத்தாக்கின் ஆழங்களில் அப்பாவும் விழுந்துவிட்டிருந்தார். அடிக்கடி நெஞ்சு

பிளந்தது போன்று அப்பா தேம்பி அழுதார். சில நேரங்களில் நிறுத்தாமல் பேசினார். எல்லாவற்றையும் சொல்லிவிடுவதாக இருக்கவேண்டும். நான் நினைத்தேன். நினைவுகள் சித்தரவதை செய்யும்போது அப்பாவும் தன்னைத்தானே காட்டிக்கொடுப்பாராக இருக்கும்.

யூதாஸைப் பற்றி ஒரு விவரமும் கிடைப்பதாக இல்லை. சுனந்தாவின் அக்காவுக்கு நான் அவ்வப்போது கடிதம் எழுதினேன். அவர் தபால் அட்டையில் பதில் எழுதியிருந்தார். 'அவன் இப்போது மலம்புழாவில் இருக்கிறான்,' ஒருமுறை அவர் எழுதினார். என்ன வேலை என்று சொல்லவில்லை. 'போன ஞாயிற்றுக்கிழமை இங்கே வந்தான். வந்தபோது எனக்கு ஐநூறு ரூபாய் கொடுத்தான். நான் உன்னைப்பற்றிக் கேட்டேன். ஆனால், அவன் ஒன்றும் சொல்லாமல் போய்விட்டான். எடுத்து வைத்த வறக்காப்பியைக்கூடக் குடிக்கவில்லை...'

தபால் அட்டையில் இருக்கும் அழகான எழுத்துக்களின்மீது எனது கண்ணீர்த்துளிகள் விழுந்தன. மலம்புழா. நான் உண்ணும்போதும் உறங்கும்போதும் உருவிட்டேன். ஒருவேளை, அவனுக்கு மூழ்கி எடுப்பதற்கு அங்கே நிறைய சவங்கள் கிடைக்கக்கூடும். எனக்குச் சவங்களிடம் பொறாமை தோன்றியது. யூதாஸின்மீது மீண்டும் வன்மம் தோன்றியது. உருகும் இதயத்தோடு நான் மலம்புழாவுக்குச் செல்வதற்கான வழியைத் தேடினேன். ஏரியின் மறுகரையில் இருக்கும் மருத்துவமனையில் ரத்தம் விற்று நான் பயணத்துக்கான பணத்தைச் சேர்த்தேன். அதிக ரத்தம் ஒன்றும் என் உடலில் இருக்கவில்லை. இருந்ததை வடித்து விற்றேன். கோழிக்கோடு கல்லூரிக்கு ஒரு சான்றிதழுக்கு வேண்டிப் போகிறேன் என்று பொய் சொல்லிவிட்டு நான் இரவு ரயிலில் பாலக்காட்டுக்குப் புறப்பட்டேன்.

காலையில் மலம்புழாவுக்குச் செல்லும் பேருந்தில் ஒரு சிறிய தோல் பையோடு குளிர்ந்த காற்றை வாங்கிக்கொண்டு உட்கார்ந்திருக்கும்போது அவனை எப்படிக் கண்டுபிடிப்பேன் என்று நான் கவலைப்பட்டேன். அணைக்கட்டுக்கு அருகில் பேருந்து இறங்கி நான் இலக்கில்லாமல் நடந்தேன். ரோப்வேய்க்கு அருகில் இலவம்பஞ்சு மரம் பூத்து நிற்கின்ற தேனீர்க்கடையைத் தாண்டி விருந்தினர் மாளிகைக்குச் செல்லும் சிறிய பாலத்தின் முன்னால்

வந்து சேர்ந்தபோது, கீழே அணைக்கட்டின் ஓரத்தில் பூத்து நிற்கின்ற கல்யாண முருங்கையின் அடியில் மூன்று காவலர்களும் வேறுசிலரும் கூட்டமாகக் கூடிநின்றனர். யாராவது மூழ்கிச் செத்துப்போயிருப்பார்கள் என்று மனம் நம்பியது. அப்படியானால் சவத்தை மூழ்கி எடுப்பதற்கு யூதாஸ் உறுதியாக வருவான். மற்றொரு ஆளின் மரணத்திற்காக நான் பேராசைப்பட்டேன். கருங்கல் ஜல்லிகளில் வழுக்கி விழாமல் நான் படகுத்துறையை நோக்கி இறங்கினேன். அது, ரௌடிக்கும்பல்களுக்குள் நடந்த தாக்குதலில் நிகழ்ந்த மரணமாக இருந்தது. பின்னர் அவர்கள் பிணத்தை அணையில் போட்டுவிட்டனர். எனது கெட்டநேரம் நான் போனபோது பிணத்தை வெளியே எடுத்திருந்தனர். வெள்ளை வேட்டியால் அரைகுறையாக மூடப்பட்ட பிணத்தை நான் ஏமாற்றத்துடன் பார்த்துக்கொண்டு நின்றேன். அப்போதும் பிணத்திலிருந்து நீர் வடிந்துகொண்டிருந்தது. பாறைக்கற்களுக்கு மேல் ஈரம் படர்ந்தது. அவனுடைய முகம் பின்னால் இருக்கும் யாரையோ பார்ப்பதுபோன்று திரும்பியிருந்தது. ஒருவேளை பின்னால் இருந்து குத்தியது அவனுடைய நண்பனாக இருக்கலாம். காட்டிக்கொடுப்பவன். மரணத்துக்குச் சற்று முன் நாமெல்லாம் காட்டிக்கொடுப்பவனைப் பார்ப்பது அவ்வாறாக இருக்கலாம். செத்துப்போனவனின் முடியிழைகள் காற்றில் அசைவதைப் பார்த்துக்கொண்டு நானும் அங்கே நின்றேன்.

படகு இரைச்சலோடு திரும்பி வந்தது. சுற்றுலாப்பயணிகள் இறங்கிய பிறகு பிணத்தை ஏற்றினார்கள். முட்டிமோதிக்கொண்டு ஏறிய கூட்டத்துக்குப் பின்னால் நான் கடைசியாக ஏறினேன். படகின் மேல்தளப் படியில் உட்கார்ந்திருந்த போலீஸ்காரரிடம் நான் அப்பாவின் பெயரைச் சொல்லி அறிமுகப்படுத்திக்கொண்டேன். அவர்தான் யூதாஸின் முகவரியைச் சொன்னார். கால் நீட்டினால் தண்ணீரில் முட்டும்படியாக அணைக்கட்டோடு சேர்ந்தவாறு ஓலையால் வேயப்பட்ட குடிசையில் இருந்தான் இந்தமுறை யூதாஸ். பீடியை உதடுகளுக்கிடையில் வைத்துக்கொண்டு அவன் கம்பியில் கோர்த்து மீன் பொரித்துக்கொண்டிருந்தான். குடிசைக்கு வெளியே குனிந்து உள்ளே செல்வதற்குக்கூடத் தெம்பில்லாமல் நான் சங்கடத்தோடு நின்றேன். எனது பாதங்களைத்தான் அவன் முதலில் பார்த்தான். அவனது உதட்டிலிருந்து பீடி கீழே விழுந்தது. வெறும் மண்ணில் அது கிடந்து புகைந்தது. யூதாஸ் குதித்தெழுந்து குடிசையின் சிறிய வாயிலில் நுழைந்து வெளியே வந்து என்னைப்

பார்த்தான். அவன் மூச்சுவிடுவதற்குச் சிரமப்பட்டான். தோல்வியுற்றது போன்று மெதுவாகப் பெருமூச்சுவிட்டான். வா, என்று அழைத்தான். நான் அவனைப் பார்க்கவில்லை. அந்த இடத்தை விட்டு அசையவுமில்லை. கிளம்பிச் சென்ற படகால் ஏற்பட்ட அலையில் அணைக்கட்டின் நடுவில் இருக்கும் பாறைக்கட்டில் அரைஞாண்கயிறு போன்று நீர் உயர்ந்ததன் அடையாளத்தைக் காணமுடிந்தது. தீவில் காய்ந்துகிடந்த கொன்றை மரத்தில் பெரிய பருந்தொன்று சோர்வாக அமர்ந்திருந்தது. அலைகள் என் கால் பாதங்களில் வந்து மோதின.

"நான் பிரேமாவ எதிர்பார்த்தேன்."

அவனது குரலில் ஈரம் இருந்தது – 'உள்ள வா' என்று மீண்டும் அழைத்தான். எனக்கு அழுகை வெடித்தது. நான் விரும்பிய வரவேற்பு அதுவாக இருக்கவில்லை. கொடூரமான காதலன். நான் அவனைக் குற்றம்சாட்டுவது போன்று பார்த்தேன். அவன் மூளை வளர்ச்சியில்லாதவன் போன்று சிரித்தான். கடைசியில் நான் தோல்வியை ஒப்புக்கொண்டேன். சிரமப்பட்டுக் குனிந்து குடிசைக்கு உள்ளே சென்றேன். மூங்கிலால் முடைந்த சுவர்களுக்கு உள்ளே ஓலையால் வேய்ந்த மேல்கூரைக்குக் கீழே நாங்கள் இருவரும் நீட்டிப் படுப்பதற்கான இடமே இருந்தது. தரை மெழுகாமல் இருந்தது. தரையில் உட்கார்ந்திருக்கும்போது மண்ணின் மேற்பரப்புக்கு அடியில் அலையடிக்கின்ற நீர்ப்பரப்பிற்கு மேலே உட்கார்ந்திருப்பது போன்று எனக்குத் தோன்றியது. அவ்வளவு அருகில் இருந்தது தண்ணீர். அவ்வளவு அதிகம் ஈரம் நிறைந்ததாக இருந்தது தரை. "நான் பிரேமாவ எதிர்பார்த்துட்டிருந்தேன்" அவன் மறுபடியும் சொன்னான். கொதிக்கும் எண்ணெயில் கம்பியில் கோர்த்த மீன் கிடந்து பொரிந்துகொண்டிருந்தது. நான் அவனை உற்றுப் பார்த்தேன். "எனக்குத் தெரியும் நீ வருவேன்னு." அவன் திரும்பவும் சொன்னான். "நீ வருவே. எல்லா இடத்துலயும் என்னைத் தேடி வந்துட்டே இருப்பே. பழசையெல்லாம் நினைச்சிட்டு இருப்பே. எனக்குத் தெரியும் –" அவன் குளிர்ந்த குரலில் சொன்னான். எனக்குக் கோபம் வந்தது. ஆனால், அவனுடைய முகத்தைப் பார்த்தபோது மனம் ஈரமடைந்தது. நான் மௌனமாக மீன் பொரிவதைப் பார்த்துக்கொண்டு இருந்தேன். அவனும் மௌனமாக இருந்தான். பின்னர் இருளத்தொடங்கியபோது அவன் எழுந்தான்.

“எங்க போறீங்க?”

நான் பதற்றத்துடன் கேட்டேன்.

அவன் முட்டாளைப் போன்று சிரித்தான்.

“எங்க போனாலும் நீ என்னைத் தேடி வருவே...”

அவன் தோல்வியை ஒப்புக்கொண்டது போன்று சொன்னான்.

“வருவேன்...!”

நான் பயமுறுத்துவதுபோன்று திரும்பவும் சொன்னேன். அவன் தோற்றுப்போனான். முலைக்காம்புகளை ஆட்டிப் பிடுங்கியது போன்று எனது மார்பு வலித்தது. அவனுடைய முகத்தைப் பார்க்கும்போதெல்லாம் நான் பலவீனமடைந்தேன். அவன் எனது நக்சலைட். உலகத்தின் நன்மைக்காகப் பாவத்தின் பாரத்தைச் சுமப்பவன்.

“எனக்கு உடம்புக்கு முடியல தாஸ்...”

நான் கண்ணீரோடு முணுமுணுத்தேன்.

“யூ-தாஸ்...”

அவன் திருத்தினான்.

“நீ எதுக்காக சுனந்தாவோட அக்காவத் தேடிப்போனே?”

யூதாஸ் கேட்டான்.

நான் அதற்குப் பதில் சொல்லவில்லை.

“சுனந்தா உன்னை மாதிரியல்ல.”

யூதாஸ் திடீரென்று கோபப்பட்டான்.

“என்னால அவளை மறக்க முடியாது பிரேமா. கண்ணை மூடினால் நான் இப்பவும் பள்ளத்தாக்கைப் பார்க்கிறேன். அவளுடைய உடல் ஆழ்ந்து போவதையும் பார்க்கிறேன். அந்த நதியை நீ பார்த்ததில்லை, நீ பார்த்திருக்கிறாயா? தண்ணீர் அப்படியொரு பச்சை நிறம். அலைகளுக்கு என்னவொரு சக்தி. அதில் நீந்துவது எளிதல்ல. கல்லைப் போட்டால்கூட அலைகள் பந்தாடும். மூழ்கிப் போவதற்குக் கல்லும்கூட பேராசைப்படும். ஆனால், சுனந்தாவோட உடம்பு

விழுந்ததை நீ பார்த்திருக்கணும். ஒரே வீழ்ச்சி. அடியாழத்துக்குப் போய்விட்டது. என் கண் முன்னால் நான் அதை எப்பவும் பார்ப்பேன். பாறைக்கட்டின் மேல் நான் நின்றிருந்தேன். அவர்கள் என்னிடம் அவளைக் கீழே எறியச்சொன்னார்கள். ரத்த வாந்தியெடுத்து நான் சக்தியற்றுக் கிடந்தேன். ரத்தம் ஆணின் ரகசியம் பிரேமா. அதை வாந்தியெடுக்கவேண்டி வரும்போது அவன் தகர்ந்துபோவான். குனிந்து நின்றுதான் நான் அவளை எறிந்தேன். அவள் கூடவே விழுந்து போய்விடவேண்டும் என்று நான் ஆசைப்பட்டேன். ஆனால், மரத்தில் கட்டி வைத்த வடக்கயிற்றின் ஒரு முனை எனது இடுப்பில் இருந்தது. உலகத்தில் மிகவும் சபிக்கப்பட்ட காதலன் நான் பிரேமா. இடுப்பிலோ பாதங்களிலோ கட்டு விழும்போது மனிதன் மிருகமாகிவிடுவான். மனிதனுக்குத் தேவை சுதந்திரம். ஓடவும் நடக்கவும் மட்டுமல்ல, சிந்திக்கவும் கனவு காணவும் சாகவும். அலைகளால் அவளைத் தோல்வியுறச் செய்ய முடியவில்லை. அவள் அலைகளைத் தோற்கடித்தாள். ஹோ, என்னவொரு சக்தி அவளுக்கு! அது உடம்பில் இருக்கிற சக்தியல்ல பிரேமா. மனசோட சக்தி. அவளைமாதிரி ஒரு பெண்ணை நான் இதுவரைக்கும் பார்க்கவில்லை. தண்ணீரிடமும் அவள் தோற்கவில்லை... ரத்தத்திடமும் அவள் தோற்கவில்லை...”

எனது கண்கள் நிறைந்தன. இதயம் கொதிக்கும் எண்ணெயில் விழுந்ததுபோன்று வெந்து துடித்தது. அந்த இருப்பிலேயே எரிநதுபோகவேண்டும் என்று எனக்குப் பேராசை தோன்றியது.

“சுனந்தா செத்துப்போயிட்டா.”

நான் குரூரத்துடன் அவனுக்கு நினைவுபடுத்தினேன்.

“அவளைப்பத்திப் பேசி இனி யாருக்கு என்ன பிரயோசனம்? செத்துப்போன அவளுக்கா? உயிரோட இருக்கற உங்களுக்கா? எனக்கா? இல்லை உலகத்துக்கா?”

யூதாஸ் திடுமெனச் சோர்வடைந்தான்.

“பிரேமா... வேண்டாம்... நாம வேற எதாச்சும் பேசலாம்.”

நான் மேலும் கோபக்காரியானேன்.

“வேண்டாம். நாம சுனந்தாவப் பத்தி மட்டும் பேசலாம்... சரி... சுனந்தா யாரு? ஒரு பொண்ணு. தற்செயலா இயக்கத்துக்குள்ள

வந்தா. அவ என்னைமாதிரி இருக்கல... சரிதான். நான் ஒரு நாலுகெட்டு வீட்டுல பொறந்தவள். இருந்தாலும் உங்களையும் உங்களோட நம்பிக்கையையும் ஏத்துக்கிட்டேன். போறதுக்கு வழியில்லாம உங்களத் தேடி வரல. நான் உங்களுக்காகக் காத்துக்கிட்டிருந்தேன். நான் உங்களைத்தான் ஆசைப்பட்டேன். என்னோட காதலுக்கு சுனந்தாவுதைவிட மதிப்புண்டு..."

நான் கோபத்தாலும் துக்கத்தாலும் நடுங்கினேன்.

"சுனந்தா உங்களைக் காதலிக்கவேயில்ல. சுனந்தா காதலிச்சது ராஜனைத்தான்... அதனாலதான் அவ ராஜன்கூடவே பள்ளத்தாக்குல மாஞ்சுபோனா..."

"நிறுத்து..."

யூதாஸ் பாய்ந்துவந்து எனது கழுத்தைப் பிடித்து நசுக்கினான். எனது கண்கள் துறுத்திக்கொண்டு வந்தன. நாக்கு வெளித்தள்ளியது. திடீரென்று மூக்கிலும் வாயிலும் ரத்தம் கொட்டியது. யூதாஸ் பிடியை விட்டான்.

"ஏன் பிடிய விட்டீங்க?"

நான் மூச்சுமுட்டலோடு கேட்டேன்.

"தைரியம் இருந்தா கொல்லுங்க... அதுக்கப்புறம் என்னையும் பள்ளத்தாக்குல தூக்கிப்போடுங்க..."

யூதாஸ் சோர்ந்து பின் நகர்ந்தான். சிறிது நேரம் எதுவும் பேசாமல் குற்றவாளியைப் போன்று இருந்தான். நான் கழுத்தைத் தடவினேன். மெதுவாகக் குரலை நேராக்கினேன். எனது கண்கள் நிறைந்தன. குரல் இடறியது. இடறிய குரலில் கொஞ்சமும் கோபமில்லாமல் நான் சொல்லிக்கொண்டிருந்ததை நிறைவுசெய்தேன்:

"மூணாவது நாள் என்னோட சவம் மேல வரும்போது நீங்கதான் என்னை நீந்தி எடுக்கணும். அதுதான் என்னோட வாழ்க்கையின் மிகப்பெரிய ஆசை..."

எனது குரலில் அவனுடனான காதல் அலையடித்தது. அதைப் புரிந்துகொண்டதால் இருக்கலாம் அவன் மேலும் தளர்ந்துபோனான். ரத்தம் மட்டுமல்ல காதலும் ஆணின் ரகசியம்தான். அதை வாந்தியெடுக்கவேண்டி வரும்போதும் அவன்

தளர்வான். வெறும் தரையில் அவன் மல்லாந்து கிடந்தான். சிறிய, குழைந்த மண்துகள்கள் அவனுடைய உடலில் ஒட்டியிருந்தன. நான் உட்கார்ந்த இடத்தைவிட்டு அசையவில்லை. ஆனால், கை நீட்டி அவனுடைய தலையைத் தொட்டேன். அவனுடைய மென்மையான முடியை நான் கோதிக்கொண்டிருந்தேன். கொதிக்கின்ற எண்ணெயில் மீன் நான்றாகப் பொரிந்திருந்தது. நான் அடுப்பை அணைத்தேன். குடிசைக்குள் இருள் பரவியது. இருட்டில் நான் அவனுடைய தலையைக் கோதுவதைத் தொடர்ந்தேன்.

நெடுநேரத்திற்குப் பிறகு எனது விரல்கள் தளரத்தொடங்கியபோது அவன் மீண்டும் பேசத்தொடங்கினான்:

“ஜெயிப்பதும் தோற்பதும் பிரச்சனையல்ல, பிரேமா. புரிஞ்சுக்கறதும் எதிர்த்து நிற்பதும்தான் முக்கியம். நாங்கள் பலவீனமாக இருந்தோம். ஒன்றுசேரும்போது நாங்கள் பலமடைவோம் என்று நான் பேராசைப்பட்டேன். சில இளைஞர்கள். வாழ்க்கை என்றால் என்னவென்று அறியாதவர்கள். மனதில் உற்சாகமும் நேர்மையும் மனத்தூய்மையும் மட்டுமே உள்ளவர்கள். நாங்கள் ஆயுதம் எடுத்தோம். எங்களுடைய கனவு, உலக நன்மையாக இருந்தது. இந்த மண் வளம்பெறவேண்டும் என்றும் இந்தக் காற்று மணமுடையதாகவேண்டும் என்றும் இந்தத் தண்ணீர் தூய்மையடையவேண்டும் என்றும் நாங்கள் ஆசைப்பட்டோம். அந்தக் காலம் அப்படிப்பட்டதாக இருந்தது. பணமும் சுகபோகமும் மனிதரைப் பிரமிக்கச் செய்திருந்தது. பட்டினி கிடந்து வளர்ந்த மந்திரிகள் நோட்டுக் கட்டுகளைப் பார்த்துக் கடந்த காலத்தை மறந்தனர். பணமோசடி செய்பவர்களுக்கும் கருப்புச் சந்தைக்காரர்களுக்கும் நாட்டை எழுதிக்கொடுத்துவிட்டனர். கேள்வி கேட்பதற்கு யாராவது தேவைப்பட்டார்கள். யாருமே இல்லை அன்று. எல்லோரும் அரசாங்கத்தைக் கண்டு பயந்தனர். நாங்கள் அன்று வெற்றிபெற்றிருந்தோமென்றால்...”

அவன் மூச்சுவாங்கினான்.

“அரசாங்கங்களுக்கு ஒரே முகந்தான் இருக்குது தாஸ்...”

நான் முணுமுணுத்தேன்.

“அதிகாரம் உங்களையும் கெடுக்கும்...”

“ஜெயிச்சிருந்தா – சுனந்தாவ இழந்திருக்க மாட்டேன்...”

அவன் முணுமுணுத்தான்.

எனக்கு மறுபடியும் கோபம் வந்தது.

“உங்களுக்குப் பைத்தியம்தான்... உங்களுக்கு உலகத்தைப் பத்தியும் வாழ்க்கையைப் பத்தியும் ஒண்ணுமே தெரியல... நீங்க ஒரு முட்டாள். உங்களைக் காதலிச்ச நான் அதைவிட முட்டாள்...”

நான் கையைப் பின்னால் இழுத்துக்கொண்டு எழுவதற்கு முயன்றேன். திரும்பவும் உட்கார்ந்தேன்.

அவன் என்னைச் சிறிது நேரம் பார்த்தான். பின்னர் மெதுவாக எழுந்து வெளியே சென்று அணையில் இறங்கிப் போனான். குடிசையின் சிறிய இடைவெளியில் அணையில் நிலவொளி விழுவதைக் காணமுடிந்தது. நிலவொளியில் அவன் அணையில் சப்தம் எழுப்பாமல் நீந்தித் திரும்பி வந்தான். அவன் எனக்காக ஒரு வாளியில் தண்ணீர் எடுத்துக்கொண்டு வந்திருந்தான். ‘குடிசைக்குப் பின்னால் ஓலை வைத்து மறைத்துக் கொடுக்கிறேன். குளித்துவிட்டு வா’ என்று அவன் சொன்னான். எனக்கு உடம்பு சிலிர்த்துக்கொண்டது. குளிப்பதற்கு எனக்கு ஒரு உடல் இருக்கிறதென்று அவன் நினைக்கிறான்! நான் வேகமாகக் குளித்துவிட்டு ஆடை மாற்றிக்கொண்டு வந்தேன். நோயும் வறுமையும் எனது உடலை வறண்டுபோகச் செய்ததாக நான் வருத்தப்பட்டேன். எனது உடல் அவனுக்காக ஏங்கியது. லைபாய் சோப்பின் வாசனையோடு நான் குடிசைக்குள் திரும்பி வந்தபோது அவன் இரண்டு காய்ந்த தேக்கு இலைகளில் சோறு பரிமாறி வைத்தான். சோற்றின் மேல் வறுத்த மீன் எடுத்து வைத்தான்.

“எனக்கு மீன் வேண்டாம்.”

நான் சொன்னேன்.

“’ஹூம்?”

“வேண்டாம்.”

நான் திரும்பவும் சொன்னேன். மீன்கள் எனக்குச் சவங்களை நினைவுபடுத்தின. எந்த நீர்நிலையின் அடித்தட்டிலும் சவங்கள் இருக்கலாம். அடிப்பாகத்துக்கு மூழ்கிச் சென்று பரிசோதித்தால்

எந்தச் சவத்துக்குள்ளிருந்தும் மீன்கள் வெளியே வரும். அவன் எனக்கு வெறும் சோற்றை உருட்டிக் கொடுத்தான். நான் அதை ஆசையாகச் சாப்பிட்டேன். மெல்லும்போது எனது கண்கள் நிறைந்து ஒழுகின. குடிசைக்குள் மண்ணெண்ணெய் விளக்கின் வெளிச்சத்தில் அவன் ஒரு துறவியைப் போன்று காட்சியளித்தான். இலைகளை வெளியே போட்டுவிட்டுக் கை கழுவிக்கொண்டு உள்ளே வந்த அவன் குடிசையின் வாயிலை ஓலை வைத்து அடைத்தான். பின்னர் தரையில் மணலின்மேல் ஒரு பாய் விரித்தான். நான் என்ன செய்வதென்று தெரியாமல் நின்றபோது அவன் என் அருகில் வந்து தோளில் கை வைத்து பாயின்மீது பிடித்து உட்காரவைத்தான். வெளியே நிலவொளி கூடியிருந்தது. அவன் இன்று என்னைப் பெண்ணாக ஏற்றுக்கொள்வான் என்று நான் எதிர்பார்த்தேன். ஓலைக் கதவைத் திறந்து வைத்து அவனுடைய மார்பில் படுத்துக்கொண்டு வெளியே நிலாவைக் காண்பதற்கு நான் ஆசைப்பட்டேன். நான் அவனுடைய மார்பில் சாய்ந்தேன். அவன் எனது தோளையும் தலைமுடியையும் வருடிக்கொண்டிருந்தான். அவனுடைய விரல்கள் தண்ணீரில் கிடந்து கிடந்து மென்மையாகிப்போயிருந்தன. அவன் எனது தலையில் விரல் முனைகளை ஓடவிட்டபோது எனக்குத் தூக்கம் வந்தது.

“இனி எங்க ஓடிப்போவீங்க?”

தூங்காமல் இருப்பதற்குச் சிரமப்பட்டுக்கொண்டு நான் கேட்டேன். எனது குரல் காதலாலும் துக்கத்தாலும் ஈரமாகியிருந்தது.

“தாஸ், நீங்க என்னைக் காதலிக்கிறீங்களா?”

யூதாஸ் பதில் சொல்லவில்லை. அதற்குப் பதிலாக அவன் எனது முடியிழைகளுக்குள் கோதிவிடுவதைத் தொடர்ந்தான். அவன் என்னைக் காதலிக்கிறான் என்று சொல்வதைக் கேட்பதற்காக நான் ஆசைப்பட்டேன். அதை அவன் சொல்லவில்லை. அவன் ஒருபோதும் அதைச் சொல்லப்போவதில்லை என்று நான் அவமானத்தோடும் ஆத்திரத்தோடும் யோசித்தேன். அவனை நான் இறுக்கமாகக் கட்டிக்கொண்டேன். எனது கைகளுக்குள் அவனது உடல் சூடேறியது. வெளியே நீர்நிலை குரலடக்கிச் சப்தங்களை உதிர்த்தது. நான் மெதுவாகக் கண்களை மூடினேன். புரட்சிக்காரனின் விரல்கள், நான் பெருமிதத்தோடு

நினைத்தேன். என்னை வருடி உறங்கவைக்கின்றன. பாய்க்கு அடியில் அலையடிப்பது போன்று எனக்குத் தோன்றியது. தண்ணீர்க் கம்பளத்தின் மேல் அவனுடைய மடியில் படுத்து உறங்கிக்கொண்டிருந்தேன் நான். கனவு போன்ற ஓர் அனுபவம். நான் அன்றும் ஆழ்ந்து உறங்கினேன்.

காலையில் எழும்போது குடிசைக்குள் நான் மட்டுமே இருந்தேன். எனது சிறிய தோல் பையும் முந்தைய நாள் குளிக்கும்போது அவிழ்த்துப்போட்ட அழுக்குச் சேலையும் நானும் எனது கன்னித்தன்மையும். அவனும் அவனுடைய சேற்றில் புரண்டு சிவப்பாகிப்போன துணிகளும் மண்ணெண்ணெய் அடுப்பும் பாத்திரங்களும் காணாமல் போயிருந்தன. நான் படுத்திருந்த பாய்கூட ஆவியாகிப்போயிருந்தது. மந்திரவாதியின் மாய மாளிகையில் உறங்கிக் கிடந்த ஏழைச் சிறுமியைப்போன்று நான் நடுங்கிப்போனேன். முந்தைய நாளின் மாய மாளிகை முள் காடாகிப்போயிருந்தது. அவன் என்னை மீண்டும் ஏமாற்றிவிட்டான். கொல்லாமலேயே என்னைப் பள்ளத்தாக்கில் எறிந்துவிட்டான். அவனைத் திரும்பவும் சந்திப்பதற்கு எவ்வளவு காலம் காத்திருக்கவேண்டும், எங்கெல்லாம் தேடவேண்டும். அப்போதும் அவன் என்னை ஏமாற்றுவான். என்னை ஏமாற்றுவதற்கு நான் அவனை மட்டுமே அனுமதிப்பேன்.

ஆறு

"மேன்மைதங்கிய பரமேஸ்வரன் எஜமான் அவர்களுக்கு,

கக்கயம் முகாமில் தங்கள் தயவால் சாருக்குக் கீழே பணியாற்றிய வாசுதேவன்தான் இந்தக் கடிதத்தை எழுதுகிறேன். நான் சர்வீஸில் இருந்து விருப்ப ஓய்வு பெற்றது சாருக்கு ஞாபகம் இருக்கும் என்று நினைக்கிறேன். சர்வீஸில் இருக்கும்போது என்னிடத்தில் அளவற்ற அன்பு பாராட்டியதன் நினைவிலும் உரிமையிலும் மரியாதையோடு இக்கடிதத்தை எழுதுகிறேன். சர்வீஸில் இருந்து ஓய்வு பெற்றதற்குப் பிறகு எனது வாழ்க்கை மிகுந்த சிரமத்தில் உள்ளது. நோய்களால் முற்றிலும் தளர்ந்துபோய்விட்டேன். பொருளாதார நிலையும் மிகவும் மோசமாக உள்ளது. இந்தக் கடிதத்தைக் கொண்டுவருபவள் என்னுடைய மகள். வயது ஆகிக்கொண்டே போகிறது. அவளுக்கு சர்வீஸில் இருக்கக்கூடிய யாராவது கணவனாகக் கிடைக்கவேண்டும் என்பதுதான் எனது ஆசை. சாருடைய பழக்கத்திலோ தெரிந்தவர்களிலோ ஒரு ஏழை போலீஸ்காரனின் மகளை ஏற்றுக்கொள்வதற்குத் தயாராக உள்ளவர்கள் யாராவது இருப்பார்களா? எங்களுக்குப் பழைய நாலுகெட்டு வீட்டைத் தவிர சொத்தோ நகையோ கொடுப்பதற்குச் சக்தியில்லை. ஒரு பழைய சக ஊழியனின் துயரநிலையைப் புரிந்துகொண்டு சார் ஏதாவது உதவி செய்வீர்கள் என்ற எதிர்பார்ப்பில் கடிதத்தை முடிக்கிறேன். நீண்ட ஆயுளையும் ஆரோக்கியத்தையும் சௌக்கியங்களையும் வேண்டிக்கொண்டு பணிந்து கீழ்ப்படிபவனாகிய வாசுதேவன்."

அப்பா நீட்டிய கடிதத்தை நான் மறுபடியும் படித்தேன். எனக்கு ரத்த வாந்தி எடுக்கத் தோன்றியது. 'மிருகம்' என்று கெட்ட பெயர் எடுத்த மேலதிகாரியாக இருந்தார் பரமேஸ்வரன். 'எஜமானனைக் கொஞ்சம் பார்த்துவிட்டு

வருகிறாயா' என்று அப்பா கேட்டபோது இதற்காக இருக்குமென்று நான் எதிர்பார்க்கவில்லை. கிராமத்தில் புதிதாகத் தொடங்கிய கணிப்பொறி நிறுவனத்தில் நான் ஆசிரியராக வேலைக்குச் சேர்ந்த சமயம். எனக்குப் பாடம் சொல்லிக்கொடுப்பது வெறுப்பாக இருந்தது. ஆனால், ஆயிரம் ரூபாய் சம்பளம் ஒரு பெரிய உந்துசக்தியாக இருந்தது. அப்பாவுக்கும் எனக்கும் அத்தைக்கும் மருந்து வாங்குவதற்கு அந்தத் தொகை உதவியாக இருந்தது. நாலுகெட்டு வீட்டின் நடு முற்றத்தில் எங்கள் மூவரின் மருந்துகளின் வாடை நிறைந்திருந்தது. இடியத்தொடங்கியிருந்த வீட்டின் நடுமுற்றத்தில் இருக்கும் தூண்கள் மட்கிப்போயிருந்தன. துருவேறிய ஒரு கம்பியில் இளம்பருவத்தில் எப்போதோ நான் கட்டித்தொங்கவிட்ட முகம் பார்க்கும் கண்ணாடி வெளிறிப்போய்த் தொங்கிக்கொண்டிருந்தது. அந்தக் கண்ணாடியில் நான் எப்போதாவது பார்ப்பதுண்டு. பார்க்கும்போதெல்லாம் எனது முகத்திற்குப் பின்னால் பாலுவின் முகத்தைப் பார்த்தேன். சாகும்போது அவனுக்கு மீசை அரும்பி வருகின்ற பருவமாக இருந்தது. கண்ணாடியில் தெரியும் பாலுவின் முகத்தில் பாதி அரும்பி வளர்ச்சி நின்றுபோன மீசை முடிகளைத் தெளிவாகக் காணமுடிந்தது.

நீண்ட காலத்திற்குப் பிறகு கிராமத்திலிருந்து பயணம் செய்தேன். யூதாசைப்பற்றி எந்தத் தகவலும் இல்லை. சுனந்தாவின் அக்காவின் கடிதங்களும் நின்றுபோயிருந்தன. அவருடைய வீட்டுக்குச் செல்வதற்கு இது ஒரு நல்ல சந்தர்ப்பம் என்று தேன்றியதால்தான் கடிதத்தோடு புறப்படுவதற்கு நான் சம்மதித்தேன். எனக்கு மிருகத்தின்மீது வெறுப்பாக இருந்தது. எனது யூதாஸை ரத்த வாந்தி எடுக்கவைத்ததற்கான பொறுப்பு அவருடையதாக இருந்தது. ஆனால், பின்னர் முகாமில் சித்தரவதைகளின் பேரிலும் மரணங்களின் பேரிலும் விசாரணை நடந்தபோது தனக்குக் கீழ் பணியாற்றியவர்களை விட்டுவிட்டுத் தண்டனையையும் உருட்டிக்கொலைக்கான பொறுப்பையும் முழுமையாக ஏற்றுக்கொண்டது மட்டுமே ஒரே ஆறுதல்.

பழைய மாடல் இரண்டு அடுக்கு மாடிவீடு அது. வர்ணம் பூசி நெடுங்காலம் ஆகியிருந்ததால் வீடு பாழடைந்து போயிருந்தது. நாட்டின் வரலாற்றில் மிகப்பெரிய ரத்தக்களத்தை உருவாக்கிய மனிதனைப் பார்ப்பதற்காக நான் போகிறேன் என்ற நினைப்பில் உடல் நடுங்கியது. கதவு திறந்து கிடந்தது. அழைப்பு மணியை

அடித்தபோது "யாரது, உள்ள வாங்க" என்று உள்ளே இருந்து நடுங்கும் குரல் கேட்டது. தோல் பையைத் தாழ்வாரத்தில் வைத்துவிட்டு சேலைத் தலைப்பைச் சுற்றிப் பிடித்துக்கொண்டு நான் வாயிலுக்குச் சென்று நின்றேன். உள்ளே பெரிதாக வெளிச்சம் இருக்கவில்லை. வெறும் தரையில் ஒரு மிதியடியின்மேல் உட்கார்ந்துகொண்டு பகவத்கீதை வாசித்துக்கொண்டிருந்தார் மிருகம். "யாரது" என்று மீண்டும் கேட்டபோது நான் உள்ளே சென்றேன். 'நான் பிரேமா. முன்பு காவல்துறையில் பணியாற்றிய வாசுதேவன் என்ற கான்ஸ்டபிளின் மகள்' என்று சொன்னபோது மிருகம் ஆளை நினைவுபடுத்திக்கொண்டு மெதுவாக எழுந்தார். என் முன்னால் நின்ற முதியவரை நான் ஆர்வத்துடன் பார்த்தேன். அந்த முகத்தில் மிருகத்தனத்தின் அறிகுறிகள் தென்படவில்லை. வயோதிகத்தால் தனிமைப்பட்டுப்போன ஒரு ஆள். முதுகு வலிக்கும்போது தைலம் தேய்த்துவிடவோ இரவு தாகமெடுத்தால் தண்ணீர் முகந்து கொடுக்கவோ யாருமில்லாத தனித்திருக்கும் முதியவர். மங்கலான வெளிச்சத்தில் அடைபட்டுக் கிடந்து முகம் வெளுத்து வெளிறிப்போயிருந்தது. பெரிய முறுக்கு மீசையின் இடத்தில் நரைத்த சிறு முடிகள் மட்டுமே இருந்தன. வெளுத்த கண்ணிமைகளுக்குக் கீழே மங்கிப்போன கருவிழிகளால் மிருகம் என்னை நுணுக்கமாகப் பார்த்தார். பழைய போலீஸ்காரருடையதாக அந்தக் கூர்த்த பார்வையை மட்டுமே மிருகத்திடம் என்னால் கண்டுபிடிக்க முடிந்தது.

"கூட வேலை செஞ்ச பழைய ஆளுங்க யாரையும் நான் பார்க்கல... யார்கூடவும் எந்தத் தொடர்பும் இல்லை... எதுக்கு வந்தே?"

ஒருமுறையாவது கத்தியிருப்பார் என்று கருதமுடியாத அளவுக்கு மென்மையான குரலில் மிருகம் விசாரித்தார். கக்கயம் முகாமில் சித்தரவதை செய்வதன் உச்சத்தில் எஜமான் கர்ஜிக்கும்போது காணிப்பாறை மலை குலுங்கி பாறாங்கற்கள் தரையில் விழுந்தன என்ற அப்பாவின் மிகைப்படுத்தலை நான் அனுதாபத்துடன் நினைத்துப் பார்த்தேன். அப்பா பிடித்து நின்ற மலைகள் எல்லாம் நிலைகுலைந்து போயின. ஒரு கர்ஜனையில் பொடிந்து விழக்கூடிய பலவீனமான கற்கள் இனி எந்த மலையிலும் எஞ்சியிருக்காது.

"எதாவது தேவை நிறைவேத்தறதுக்கா இருந்தா... என்னால அது இப்ப முடியாது... அது வாசுதேவனால புரிஞ்சுக்க முடியும்..."

"வந்தது எந்தத் தேவைக்காகவும் இல்லை."

நான் அவசரமாகச் சொன்னேன்.

"என் அப்பா சாரை ரொம்பவே மதிக்கிறவர். சாரப் பத்தி ஒரு விவரமும் தெரியறதில்லைன்னு வருத்தப்படுவாரு, அப்பா. வேற வேலையா இங்க வந்தபோது அப்பாவோட சமாதானத்துக்காக வேண்டி விசாரிக்கறதுக்கு வந்தது மட்டுந்தான்..."

அப்போது மிருகத்தின் முகம் தெளிவடைந்தது. பத்துப் பதினைந்து வருடங்களுக்குப் பிறகு, நெருக்கடிநிலையைக் குறித்துக் கட்டுரை எழுதுகின்ற பத்திரிகையாளர் அல்லாமல் முதன்முதலாகத் தன்னை ஒருத்தி இப்படி விசாரித்து வந்திருக்கிறாள் என்று மகிழ்ச்சியை வெளிப்படுத்தினார். பின்னர் உள்ளே சென்று எனக்கு காஃபி போட்டு எடுத்துவந்தார். அந்த வீட்டில் மிருகம் தனியாக இருந்தார். வரவேற்பறையில் அவருடைய மனைவியுடையது என்று தோன்றும்படியான படம் மாலைபோட்டு மாட்டப்பட்டிருந்தது. எனது அம்மாவுடையது போன்ற ஒரு கருப்பு வெள்ளைப் படமாக இருந்தது அது. அதற்குக் கீழே வேறு படங்களும் இருந்தன.

"வீட்டுக்காரிதான் அது... செத்துபோயிட்டா... ஆக்ஸிடெண்ட்ல..."

மிருகம் அந்தப் படத்தைப் பார்த்துக் கண்களைத் துடைத்துக் கொண்டார்.

"பிள்ளைங்க?"

மிருகத்தின் கண்கள் மீண்டும் நிறைந்தன.

"எல்லாரும் போயிட்டாங்க. அதுக்குமேல என்ன சொல்லறது?"

எப்படிப் போனார்கள் என்பதைத் தெரிந்துகொள்ள எனக்கு ஆவல் இருந்தது. காலம் என்னும் அரசாங்கம் நீதியை மிருகங்களுக்கு எப்படி நடைமுறைப்படுத்தியிருக்கிறது? நான் காஃபியை ஊதிக் குடித்துக்கொண்டு திரும்பவும் படங்களைப் பார்த்தேன். ஒரு திருமணப் புகைப்படத்தில் மிருகத்தின் முகச்சாயல் உள்ள முழுவதும் நகைகளால் அலங்கரிக்கப்பட்ட ஓர் இளம்பெண் நின்றிருந்தாள். அவள் கொல்லப்பட்டதாக மிருகம் சொன்னார். 'அந்தத் திருமணம் ஒரு அறிவற்ற செயலாக இருந்தது. அவன் மனநலம் பாதிக்கப்பட்டிருந்தான். பெரிய குடும்பம், பதவி, வேலை என்றெல்லாம் கேட்டபோது நான் விழுந்துவிட்டேன். அது ஒரு தவறாகிவிட்டது. எனது மகளை அவன் துண்டுகளாக்கி சூட்கேஸில் அடைத்து...' நிறைவு செய்வதற்கு

மிருகத்தால் முடியவில்லை. 'இன்னொரு மகளுக்குப் புற்றுநோய். கன்னத்தில் பெரிய துளையோடு அவள் எங்களையெல்லாம் சங்கடப்படுத்திக்கொண்டு நெடுங்காலம் வாழ்ந்தாள். அப்புறம் மூன்றாமவள் தற்கொலை செய்துகொண்டாள். அவளுடைய கணவன் வேறொரு பெண்ணுடன் நெருக்கமாகிவிட்டான். விவாகரத்து அன்று அவள் விஷம் குடித்துச் செத்துப்போனாள்.' நான் காஃபியை ஊதிக்குடித்துக்கொண்டு எல்லாவற்றையும் கேட்டேன். காஃபி சுவையாக இருந்தது. மிருகத்திற்கு நல்ல கைப்பக்குவம் இருந்தது. யூதாஸைக் காதலிக்கத் தொடங்கியது முதல் என்னைத் துயரக் கதைகள் பாதிப்பதில்லை. யூதாஸைவிடத் துயரம் யாருக்கு இருக்கிறது? எங்களுடைய பிரிவைவிடக் கூர்மையான ஆயுதம் என்ன இருக்கிறது? ஏரியின் ஆழத்திலிருக்கும் சேற்றுப்படுகையில் புதைந்துபோனதற்குப் பின்னர் சிற்றாறுகளையும் குளம் குட்டைகளையும் கண்டு யாருக்குப் பயம்?

"பழைய நக்சலைட்டுகளில் யாரையாவது அதுக்கப்புறம் பார்த்தீங்களா?"

நான் வெறுமனே கேட்டேன். பழிவாங்குவதற்காக யாராவது வந்தார்களா என்பதைத்தான் நான் தெரிந்துகொள்ள விரும்பினேன். ஆனால், மிருகம் சற்றே பெருமூச்சுவிட்டார்.

"ஒருதடவ பார்த்தேன். ஒருத்தனை மட்டும்... என்னோட மகன் முங்கிச் செத்தபோது அவந்தான்..."

எனது கையில் இருந்து காஃபி கப் கீழே நழுவி விழுந்து உடைந்து சிதறியது. நான் திகைத்து நின்றேன்.

"பரவாயில்ல."

மிருகம் சொன்னார்.

"பாப்பா, சேலையில பட்ட காஃபிக்கறையக் கழுவு... இதை நான் கூட்டி எடுக்கறேன்."

எனக்குக் கை கால்கள் அசையவில்லை. இதயம் சிறிது நேரம் நின்றுவிட்டது. மூழ்கிச் செத்த மகனை வெளியே எடுத்தது யார் என்று என்னால் யூகிக்க மட்டுமே முடிந்தது. நினைக்க நினைக்க எனது கை கால்கள் நடுங்கத் தொடங்கின. பாலுவை எங்களுடைய ஏரியின் அடிப்பகுதியில் இருந்து இழுத்தெடுத்தது போன்று தாஸ் மிருகத்தின் மகனையும் வெளியே எடுக்கின்ற காட்சியைக்

கற்பனை செய்தபோது எனக்குக் காலத்தின் அரசாட்சியைப் பார்த்து 'தெய்வமே' என்று கத்தத் தோன்றியது. நான் சேலையில் பட்ட கறையைக் கழுவிவிட்டு வரும்போது மிருகம் ஒரு சிறிய துடைப்பத்தால் உடைந்த துண்டுகளை வாரிக்கொண்டிருந்தார். நான் துடைப்பத்தை வலுக்கட்டாயமாக வாங்கித் தரையைச் சுத்தம் செய்தேன். துண்டுகளைக் கையில் எடுக்கும்போது எனது கையில் காயம் ஏற்பட்டது. "பாப்பா, ரத்தம்..." என்று மிருகம் அலறினார். அது என்னை மேலும் அதிர்ச்சியடையச் செய்தது. நாட்டின் வரலாற்றில் மிக அதிகமான இளைஞர்களின் ரத்தத்தை வாந்தியெடுக்க வைத்த போலீஸ்காரன் காஃபி கப்பின் உடைந்த துண்டால் காயம்பட்டு வெளியே வந்த ஒருதுளி ரத்தத்தின் பேரில் செய்த ஆர்ப்பாட்டம் நம்பமுடியாததாக இருந்தது. ரத்தம், நான் திரும்பவும் சொன்னேன், "சாருக்கு எப்பத்துல இருந்து ரத்தத்துமேல பயம் வந்தது?" மிருகம் திடுக்கிட்டார். பின்னர் மெதுவாகச் சிரித்தார். "அது சின்ன வயசுல பாப்பா. இளம் வயசுல ரத்தம் சிந்தறதுக்குப் பயம் இல்லை. ஆனா, வயசாகும்போது அப்படியல்ல." மிருகம் தனது சுண்டிச் சுருங்கித் தோல் தொங்குகின்ற உள்ளங்கைகளைக் காட்டினார். 'இந்தக் கைகளில் ரத்தம் பட்டு வெகுகாலம் ஆகிவிட்டது.'

"பச்சாதாபம் தோணறது உண்டா?"

நான் உற்சாகத்துடன் கேட்டேன்.

"எதுக்கு?"

அவர் பெருமூச்சு விட்டார். "அரசாங்கம் ஒரு பெரிய இயந்திரம் பாப்பா. போலீசுங்கறது அதனுடைய ஒரு நட்டு இல்லாட்டி போல்ட் மட்டுந்தான். நாங்களாவே எதையும் செய்யமுடியாது. நாங்க சட்டுவங்களா மட்டுந்தான் இருந்தோம். ஸ்டேட்டோட சட்டுவங்கள்." அவர் சிரித்தார். "எல்லோரும் அப்படித்தான். ஸ்டேட் தான் முக்கியம். அது நிலைச்சு இருக்கணும். கீதையில கிருஷ்ணன் சொன்னதும் அதுதானே? பிள்ளைங்க செத்துப்போனப்ப நான் நினைச்சேன், இது என்னோட தவறுகளுக்கான தண்டனையா இருக்கலாம். என்னோட சக ஊழியர்கள் பலரோட குடும்பங்கள் சிதறிப்போச்சு. சிலர் நோயாளியானாங்க. சிலரோட பிள்ளைங்க வழிதவறிப்போனாங்க. குடும்பம் திருவோடு எடுத்துச்சு. அதெல்லா நாங்க அடிச்சு அடிச்சு ரத்தம் கக்கவச்சவங்களோட சாபமாக இருக்குமோ? தெரியாது. இருக்கலாம் இல்லாமலும் இருக்கலாம்.

நமக்கு அது ஒண்ணும் தெரியாது. நான் என்னோட வேலையச் செஞ்சேன்."

"இருந்தாலும் எத்தனையோ வயசுப்பசங்க" எனக்குத் தொண்டை அடைத்தது.

"அவனுங்க ஆபத்தானவங்களா இருந்தானுங்க." - மிருகம் சிரித்தார். "மனசுல ஆவேசம். வயசுத் திமிரு. இள ரத்தம். நல்லது எது, கெட்டது எதுன்னு அந்த வயசுல எப்படித் தெரியும்? அவனுங்களோட அறிவுக்கேடு துரோகம் நிறைஞ்சதா இருந்துச்சு. உதைக்காம தீர்வு கிடைக்காது. ஸ்டேட்டுக்காக அதைச் செஞ்சே ஆகணும். அந்தக்காலத்த நான் வேற ஒரு ஆளா இருந்தேன். அந்தக்காலத்த தத்துவ சாஸ்திரம் வேற ஒண்ணா இருந்துச்சு. காலம் பாப்பா, காலந்தான் எல்லாத்துக்கும் காரணகர்த்தா. அந்தப் பசங்களும் நாங்களும் காலத்தோட சட்டுவங்களா இருந்தோம்." மிருகம் பெருமூச்சுடன் சாய்வு நாற்காலியில் அமர்ந்தார். தோளில் கிடந்த துண்டை எடுத்து விசிறிக்கொண்டார். அப்போது, மெலிந்து வெளிறிய ஒரு கோவில் பணியாளரின் நிலையில் இருந்தார் மிருகம்.

"முழுகிச் செத்த மகன வெளிய எடுத்த புரட்சிக்காரன் - அவன முன்னாடியே தெரியுமா?"

மிருகம் தலைசாய்த்து என்னைப் பார்த்தார்.

"ஹூம்... முதல்ல ஞாபகம் வரல. நக்சல்பாரி ஜிந்தாபாத்னு அவன் எனக்கு நேரா முஷ்டிய மடக்கிக்கிட்டு முழக்கமிட்டான். என் மகனோட சடலத்த உதச்சு என்னைச் சவாலுக்கு அழைச்சான் - தைரியம் இருந்தா அரஸ்ட் செய்யடா - அந்தச் சமயத்துல நான் அவனை அடையாளம் கண்டுக்கிட்டேன். தாஸ்ங்கறது அவனோட பேரு... பாவம்...!"

என் இதயம் படபடத்தது. யூதாஸைப்பற்றிச் சிந்திக்கும்போது தோன்றுகின்ற பெருமிதமும் வருத்தமும் எனது இதயத்தை விரியச்செய்தது.

"அதுக்கப்புறம்? அதுக்கப்புறம் என்ன நடந்துச்சு?"

நான் கவலையோடு விசாரித்தேன். எனக்கு அந்தக் காட்சியைப் பார்க்க முடியாததில் வருத்தம் தோன்றியது. எனது யூதாஸ் அவனுடைய மிகப்பெரிய பழிவாங்கலை நிறைவேற்றுகின்ற நிமிடம் என்று நடந்தது அது? எப்படி நடந்தது அது?

"அப்பா சொல்லிக் கேட்டிருக்கிறேன், தாஸ் என்ற ஒருத்தனை உதச்சு ரகசியங்களச் சொல்லவச்சதா... அவனைக்கொண்டு ரண்டுபேர பள்ளத்தாக்குல எறிஞ்சதாவும்..."

நான் இரையைப் போட்டுவிட்டுப் பார்த்துக்கொண்டு நின்றேன், மிருகம் என்னை யோசனையுடன் பார்த்தார்.

"உனக்கு உண்மையாவே என்னதான் தெரியவேணும்?"

மீண்டும், பழைய போலீஸ்காரரின் கண்களாக இருந்தன மிருகத்திற்கு அப்போது. நான் பதறிப்போனேன் - மிருகம் இன்னொரு பெருமூச்சு விட்டார். "தாஸ் ஒரு மெலிஞ்ச பையனா இருந்தான். ஆனா, நல்ல மன உறுதி. அவன் பார்க்கறது போல இல்ல. உதைக்கத் தொடங்கினதும் அவனுக்குப் பிடிவாதம் அதிகமாயிருச்சு. எனக்கும் அவனுக்கும் அப்படிப்பட்ட வயசு. நான் ஸ்டேட்டோட ரெப்பரஸன்டேட்டிவ். ஒரு குற்றவாளிக்கு முன்னாடி ஸ்டேட் தோத்துப்போக முடியாது. எனக்குப் பிடிவாதம் ஏறிடுச்சு. இருபத்திநாலு மணி நேரம் சிறுநீர் கழிக்ககூடப் போகாம, ஒரு சொட்டுத் தண்ணி குடிக்காம நான் நின்னு அடிச்சேன். மொதல்ல பெல்ட். அப்புறம் லத்தி. அப்புறம் உலக்கை. அடி வாங்குறவனுக்கு மட்டுமல்ல, அடிக்கறவனுக்கும் அது ஒரு கஷ்டமான வேலை. அவன் வாய் திறக்கல. கடைசியில எனக்கு அது ஒரு கௌரவப் பிரச்சனையாப் போச்சு. நான் அவன சாராயம் குடிக்கவச்சேன். தண்ணீல முக்கினேன். உடம்புல சூடு வச்சேன். வயிறு நெறைய சாப்பாடு கொடுத்தோம். வாந்தியெடுக்க வச்சோம். அவனோட தொப்புள்ல குறடு போட்டுப் புடிச்சு, மலத்துவாரத்துல..." அவ்வளவும் கேட்டபோது என்னையறியாமல் தேம்பினேன். மிருகம் வியப்போடு என்னைப் பார்த்தார். நான் வியர்த்து ஒழுகிக்கொண்டிருந்தேன். மிருகத்தின் பார்வை கூர்மைப்பட்டது.

"உனக்கு தாஸ தெரியுமா?"

மிருகத்தின் குரல் கடுமையானது. பல வருடங்களுக்குப் பிறகு மிருகம் என்னைக் கேள்வி கேட்கப் போகிறார் என்று நான் சந்தேகப்பட்டேன்.

"எல்லாரையும் எனக்குத் தெரியும்..."

நான் சிரிக்க முயன்றேன்.

"அஞ்சு வயசுல இருந்து நான் இதையெல்லாம் கேட்டுட்டு இருக்கேனில்லையா?"

"ஓ... நான் நினைச்சேன்..."

மிருகம் மறுபடியும் விசிறிக்கொண்டார்.

"ஒரு பொண்ணும் இருந்தா இல்லையா? சுனந்தான்னோ என்னவோ பேரு?"

நான் முடிந்த அளவு அப்பாவித்தனத்துடன் கேட்டேன். மிருகம் சிரித்தார். "ஆமாம். நல்ல பொண்ணுதான்." தாஸா அவளைக் காட்டிக்கொடுத்தான் என்று நான் கேட்டேன். அப்போதும் மிருகம் சிரித்தார். "ஒரு நிமிசம் இருக்குது பாப்பா. எத்தனை பெரிய தைரியக்காரனும் தகர்ந்துபோற ஒரு நிமிசம். தாஸ் எப்பவோ சுனந்தான்னு சொன்னான். எங்களுக்கு அது போதுமா இருந்துச்சு. அவளத் தூக்கினோம். பார்த்ததும் புரிஞ்சுபோச்சு. அவள் வெறும் கைக்குழந்தை. அவதான் உண்மையான புரட்சிக்காரி. ஒரு சொல்லு சொல்லணுமே. கொஞ்சமாவது அழணுமே. அடிச்சா அடிக்கறவனுக்குக் கை ஒடியறதுதான் மிச்சம். ஆனா, அவளத் தொட்டப்பத்தான் தாஸ் மாறினான். அவன் கிளி சொல்ற மாதிரி சொல்லத் தொடங்கினான். அவனுக்குத் தெரிஞ்சதெல்லாம் சொன்னான் பாவம்...!" மிருகம் சிரித்தார்.

எனது கண்கள் நிறைந்திருந்தன. எனக்கு இதயத்தின் விம்மல் தொண்டைக்குழியில் மோதித் திரும்பியது. அழுவதற்குச் சுயமரியாதை அனுமதிக்காததால் நான் விம்மி உடைந்து உட்கார்ந்திருந்தேன்.

'சுனந்தாவக் கொன்னுட்டீங்க, இல்லையா?"

"நாங்க யாரையும் கொல்லல. அவங்க தானாவே செத்துப்போனாங்க..."

மிருகத்தின் குரல் கடுமையானது. "அது ஒரு யுத்தமாக இருந்தது பாப்பா. போருக்கு இறங்கும்போது போராடுவதுதான் பிரதானம். போர் நடக்கட்டும் என்று தீர்மானிப்பது விதிதான். யார் ஜெயிக்கவேண்டும் என்பதையும் யார் தோற்கவேண்டும் என்பதையும் யாரெல்லாம் மிஞ்சி இருக்கவேண்டும் என்பதையும் தீர்மானிப்பது விதிதான். அழிக்கப்பட்டது எதுவும் நான் உருவாக்கியதல்ல. இழந்தது எதுவும் நான் சம்பாதித்ததல்ல. நேற்று

நான் இருக்கவில்லை. நாளை நான் இருக்கப்போவதுமில்லை. ஆனால், நேற்று நான் இருந்த இடத்துக்கு இன்று வேறொரு ஆள் வந்தான். இனி நாளை அவனுடைய இடத்துக்கு வேறொரு ஆள் வருவான். எனக்கு ஒரு வருத்தமும் தோன்றவில்லை, பாப்பா. இது ஒரு கர்மப்பரம்பரை. இதுக்கப்புறமும் நான் சர்வீஸுக்கு வந்தால் அதைத்தான் செய்வேன். நான் எனது தொழிலுக்கு உண்மையாக இருந்தேன். எனக்குச் சம்பளம் கொடுத்த ஸ்டேட்டுக்கு நன்றியோடு இருந்தேன். ஸ்டேட்டுக்குச் சவால் விட்டவர்களை எல்லாம் நான் அடியோடு பறித்தெடுத்தேன். சித்தரவதை செய்தபோது மனப்பூர்வமாகச் சித்தரவதை செய்தேன். கண்ணீரும் ரத்தமும் கெஞ்சலும் கையூட்டும் என்னைப் பாதிக்கவில்லை. நான் சட்டுவமாக இருந்தேன். எனக்கு அதில் வெட்கமில்லை. ஆனால், சட்டுவம் ஆவதற்காக நான் தேர்ந்தெடுக்கப்பட்டுவிட்டோமே என்ற ஏமாற்றமும் உண்டு. எதற்காக இறைவன் இப்படியொரு காரியத்திற்கு என்னைப் பயன்படுத்தினார்? எனது மனைவியும் குழந்தைகளும் செத்தபோது இதைத்தான் நான் என்னிடமே கேட்டுக்கொண்டேன். ஏதாவது ஒரு அரசாங்க வேலையில் காலை பத்துமணி முதல் மாலை ஐந்து மணி வரைக்கும் வேலை செய்துவிட்டுத் திரும்பி வந்து, சம்பளம் வாங்கி, குழந்தைகளும் மனைவியுமாக சினிமாவுக்கும் போய், ஒரு அமைதியான வாழ்க்கை வாழவேண்டிய குடும்பஸ்தனாக இருந்தேன் நான். எதற்காக இறைவன் எனது கையில் லத்தியையும் உலக்கையையும் பிஸ்டலையும் பிடிக்கவைத்தார்? ரத்தக்கறை புரட்டினார்? எனக்குத் தெரியாது. நான் மட்டும் முயற்சி செய்திருந்தால் அன்று ஏதாவது நடந்திருக்குமா? இல்லை. ஒருவேளை, யாருக்குத் தெரியும். இதுவாக இருக்கும் எனக்கான உத்தரவு. யாராவது இதையெல்லாம் செய்தே ஆகவேண்டும். அது நானானேன். நடந்தவையெல்லாம் நல்லதற்கே... நடக்கவிருப்பவையும் நல்லதற்கே... நடந்துகொண்டிருப்பதும்..."

அங்கிருந்து வெளியேறும்போது எனது நாவில் காஃபியின் துவர்ப்பும் ரத்தத்தின் கசப்பும் நிறைந்தது. ஐஸ்வர்யம் நிறைந்த முகமுள்ள அந்த வயதானவர் ஒரு காலத்தில் இளைஞர்களின் ரத்தம் குடித்த மிருகமாக இருந்தார் என்று நம்புவதற்குக் கடினமாக இருந்தது. கைதிகளைத் தமது சிறுநீரைத் தாமே குடிக்கவைத்ததும் ஆண்களின் பிறப்புறுப்பில் குண்டூசியைக் குத்தி ஏற்றவும் பெண்களின் கருப்பையில் லத்தியைக் குத்தி ஏற்றவும் செய்ததும் அவர்தான் என்று நம்புவதற்குக் கடினமாக இருந்தது. அதிகாரம்

ஒரு மந்திரத் தொப்பி. அதைத் தலையில் வைக்கும்போது மனிதர்கள் வேறு சிலராகிவிடுவார்கள். பேருந்து நிறுத்தத்திற்கு நடக்கும்போது கேரள ஸ்டேட் என்று பெயர்ப்பலகை வைத்த ஒரு பெரிய கார் பாய்ந்து வந்தது. வழியில் இருந்த குழியின் காரணமாகச் சற்றே வேகம் குறைக்கப்பட்டது. காருக்குப் பின்னால் ஒரு போலீஸ் ஜீப் வந்தது. ஜீப்பின் இடது பக்க ஓரத்தில் அமர்ந்திருந்த போலீஸ்காரன் கண்களை மட்டும் திருப்பி என்னைப் பார்த்தான். எதனாலோ எனக்கு ஒரு பீதி தோன்றியது. அது ஒரு மோசமான நோட்டமாக இருந்தது. ஒரு போலீஸ்காரனால் மட்டுமே பார்க்க முடிகின்ற நோட்டம். லாடம் பதித்த பூட்டுகள் நெஞ்சில் மிதிப்பதை நான் அனுபவித்தேன். முலைக்காம்புகளை ஆட்டிப் பறித்தெடுப்பதுபோன்று எனக்குத் தோன்றியது. பிறப்புறுப்பில் இருந்து உருவியெடுக்க முடியாத குண்டூசிகளோடு வாழ்கின்ற ஆண்களும் லத்தி முனைகள் செருகப்பட்ட கருப்பைகளுடன் வாழ்கின்ற பெண்களும்தான் என் முன்னால் காண்பவர்களெல்லோரும் என்று எனக்குத் தோன்றியது.

சுனந்தாவின் அக்கா படுத்தபடுக்கையாகிவிட்டார். என்னைப் பார்த்தபோது தட்டுத்தடுமாறி அவர் எழுந்து உட்கார்ந்தார். அவருக்கு நான் காஃபி போட்டேன். தாஸைப் பற்றி அவரிடம் எந்த விவரமும் இல்லை. "அவன் வந்து வருசம் ரண்டாச்சு. அவளுக்குக் கொஞ்சம் காசு அனுப்பினான், போன வருசம். அதத்தவிர வேற எந்த விவரமுமில்ல." நான் ஏமாற்றத்துடன் விடைபெற்று எழுந்தபோது அவரும் கூடவே எழுந்தார். "நில்லு, உனக்குக் காட்டறதுக்காக நான் ஒண்ணு வச்சிருக்கேன். அட்டாளியில இருந்த பழைய பொட்டிகளத் தொறந்து பார்த்தப்பக் கிடைச்சுது." அவர் மேசையைத் திறந்து ஒரு டைரியை நீட்டினார். "அவளோடது." நான் அதை ஆவலுடன் வாங்கித் திறந்தேன். டைரியின் அட்டையின் உள்பக்க உறையில் ஒரு சிறிய கடவுச்சீட்டு அளவு ஒளிப்படம் வைத்திருந்தாள். நான் அந்தப் படத்தை உற்றுப் பார்த்தேன். அகன்ற கண்களுள்ள ஒரு பதினேழு வயதுக்காரி பிளாஸ்டிக்குக்கு உள்ளே இருந்து என்னை முறைத்துப் பார்த்தாள். நான் அவளுடைய பார்வையை எதிர்கொண்டேன். நான் தோற்கமாட்டேன், கண்கள் என்னிடம் கூறின. எனக்குக் கோபம் வந்தது. செத்ததோடு நீ தோற்றுப்போனாய். நான் வன்மத்தோடு முணுமுணுத்தேன். நான் உயிரோடு இருக்கிறேன். உயிரோடு இருப்பதுதான் உண்மையான

வெற்றி. புகைகின்ற கண்களோடு நான் பக்கத்தைப் புரட்டினேன். முதலாவது பக்கத்தின் மார்பில் இப்படி எழுதியிருந்தது.

O Liberté, que de crimes on commet en ton nom!

- Madame Roland

(Oh, Liberty, what crimes are committed in thy name!)

மீதமுள்ள சில பக்கங்களில் சுருக்கெழுத்து நோட்ஸ் ஆக இருந்தது. நான் மீண்டும் முதல் தாளுக்கு வந்தேன். மதாம் ரோலண்டின் வார்த்தைகளை நான் சிறிது நேரம் பார்த்துக்கொண்டிருந்தேன். நான் அதைத் திரும்பத் திரும்ப வாசித்தேன். இன்னொருமுறையும் சுனந்தாவின் பார்வையை எதிர்கொண்டேன்.

"இதை நான் எடுத்துக்கட்டுமா?" நான் கேட்டேன்.

"அவளோடதுன்னு இதுமட்டுந்தான் இங்க இருக்கு..." அக்கா கொஞ்சம் இழுத்தார்.

"இல்லாட்டி அதை பிரேமா வச்சுக்கோ. அந்தப் படத்த மட்டும் கொடு... எனக்கு அது வேணும். அதைப் பெருசா வரஞ்சு இங்க மாட்டி வைக்கணும்னு ஒரு ஆசை இருக்குது... சும்மா..."

நான் அந்தப் படத்தை மனமில்லா மனத்தோடு எடுத்துக் கொடுத்தேன். வீட்டிற்குத் திரும்பியது இரவுப் பேருந்தில். பேருந்தில் உட்கார்ந்திருக்கும்போதுதான் அப்பா மிருகத்திற்கு எழுதிய, எனக்கு ஒரு மாப்பிளையைக் கண்டுபிடிக்க வேண்டுகின்ற கடிதத்தின் வியசத்தை நினைத்தேன். அந்தக் கடிதத்தை பர்ஸில் இருந்து எடுத்து நான் சுனந்தாவின் டைரிக்குள் வைத்தேன். எனக்கு மாப்பிளையும் கணவனும் தேவையில்லை. எனக்கு வாழ்க்கையில் யூதாஸ் மட்டும் போதும். எனக்கு ஏரியில் நீந்தி நீந்திக் கால்கள் ஓய்ந்து அடிப்பாகத்துக்கு மூழ்கிவிடவேண்டும். சேற்றில் புதைந்து சாகவேண்டும். யூதாஸ் என்னை மீட்டெடுக்கவேண்டும். அவ்வாறு காட்டிக்கொடுப்பவனின் ஆத்ம வலியை அவன் கடந்துவரவேண்டும். நான் டைரியின் முதல் தாளைத் திரும்பவும் திறந்தேன். ஓ, லிபர்ட்டீ, வாட் கிரைம்ஸ் ஆர் கம்மிட்டட் இன் தை நேம்!

பேருந்து எனது கிராமத்தை அடைவதற்கு நீண்ட பன்னிரண்டு மணிநேரத்தை எடுத்துக்கொண்டது. பயணிகள் எல்லோரும் உறங்கும்போது... ஷட்டரை உயர்த்தி வைத்து பின்நோக்கி

ஓடிப்போகின்ற தெரு விளக்குகளின் ஒழுங்கற்ற வெளிச்சத்தில், வெளியில் இருந்து வீசியடிக்கின்ற, துளைத்தேறுகின்ற குளிர் காற்றோடு சேர்ந்து பறந்து போவதற்கு வெம்புகின்ற அந்த அழகான எழுத்துக்களை நான் வாசித்துக்கொண்டே இருந்தேன்: "...ஓ, லிபர்ட்டீ...!"

ஏழு

"ராத்திரி தூங்க முடியறதில்லை... எதாச்சும் சத்தம் கேட்கும். ஒரு காலடிச் சத்தம். ஒரு வண்டியோட எஞ்ஜின். ஒரு சைக்கிள் பெல். நான் எழுந்து உட்கார்ந்துவிடுவேன். அவர்கள் என்னைத்தேடி எப்ப வேணும்னாலும் வருவாங்கன்னு எனக்குப் பயமா இருந்துச்சு. கட்டிலில் நான் மரத்துப்போய் உட்கார்ந்திருப்பேன். என் கையில காகிதம் இருந்துச்சு. அடுத்த ஆக்ஷனுக்கான ஆவணங்கள். நான் இயக்கத்துல சேர்ந்திருக்கல. இருந்தாலும் தாஸ் வந்து சொன்னப்ப நான் அதை வாங்கி வச்சேன். யாரும் சந்தேகப்படாத ஒரு இடம். ஆனா, அப்ப இருந்து இப்ப வரைக்கும், உண்மையாச் சொல்றேன், குழந்தே, நான் ராத்திரி தூங்கவேயில்ல. பகல்லதான் எனக்கு உறக்கம். நெருக்கடிநிலை முடிஞ்சுது. எல்லாரும் எல்லாத்தையும் மறந்துட்டாங்க. ஆனா, எனக்கு மட்டும் உறக்கமில்லை. அந்த நாளெல்லாம் திரும்பவும் வந்துருமோன்னு ஒரு பயம். அந்த ரூபத்திலல்ல, வேறொரு ரீதியில. சிலசமயம் தோணும் வந்துட்டதா. நாம அதை அடையாளம் கண்டுக்கலைங்கறது மட்டுந்தான்..."

காவி உடுத்த சுரேந்திரன் மாஷுடன் நடக்கும்போது நான் புகைந்துகொண்டிருந்தேன். சுரேந்திரன் மாஷ் யூதாசைப்பற்றி எதுவும் சொல்லவில்லை. யூதாசைப் பற்றி நான் கேட்கத் தொடங்கும்போது அவர் அக்காலத்திய பயங்கரநிலையைக் குறித்துச் சொல்லத் தொடங்குவார். சுனந்தாவின் அக்கா மகளின் கல்யாணத்தில் கலந்துகொள்வதற்காக வந்திருந்தேன் நான். அந்தக் கல்யாணத்தில் யூதாஸ் எப்படியும் கலந்துகொள்வான் என்று என் மனம் உறுதியாக நம்பியது. அதற்காகவே உடலுக்கு ரொம்ப முடியாதிருந்தபோதும் நான் அவ்வளவு தூரம் போனேன். தாஸைப் பார்த்து ஐந்து வருடம் ஆகப்போகிறது. அதற்கிடையில் இரண்டு முறை நான்

வேலை மாறிவிட்டேன். முதலாவது வேலையில் அல்சரினால் சிறிது காலம் விடுப்பு எடுக்கவேண்டி வந்தபோது அவர்கள் என்னை நீக்கிவிட்டார்கள். பின்னர் நான் ஒரு கடையில் பில் போடுகின்ற வேலைக்குச் சேர்ந்தேன். கடையில் இருந்த புழுதியும் வெப்பமும் காரணமாக எனக்கு மறுபடியும் முடியாமல் போய்விட்டது. எழுத்தாளராவதற்கு முயற்சிக்கின்ற ஒரு பணக்காரிக்கு எழுத்தர் ஆனதுதான் அடுத்த வாய்ப்பு. அஷ்டமுடி ஏரியின் கரையிலிருந்தது அவருடைய வீடு. அவருடைய கணவர் ஒரு தொழிலதிபர். அந்த வேலை இனிமையாக இருந்தது. ஏரிக்கரையில் நாற்காலிபோட்டு அமர்ந்து காலை முதல் அவர் எழுத நினைக்கின்ற கதையைச் சொல்லிக்கொண்டிருந்தார். அந்தக் கதையில் குறிப்பிடத்தக்க சம்பவங்கள் எதுவும் இருக்கவில்லை. தனது வாழ்க்கைக் கதையைத்தான் அவர் எழுத ஆசைப்பட்டார். அது ஒரு ஆகப்பெரிய சம்பவம் என்று அவர் நம்பினார். இருந்தாலும் அதில் ஏதாவது சம்பவங்கள் இருந்ததென்றால் அதை வெளிப்படையாகச் சொல்வதற்கான தைரியம் அவருக்கு இல்லை. ஆனால், எனக்கு அங்கிருந்து நல்ல உணவும் நல்ல ஓய்வும் கிடைத்தது. ஏரிக்கரையிலேயே இருக்கும் விருந்தினர் மாளிகையில் ஒரு அறை கிடைத்தது. அவருடைய வீட்டுக்குப் பார்வையாளர்களும் விருந்தினர்களும் வந்துபோய்க்கொண்டிருந்தனர். மிஞ்சிப்போகின்ற உணவு, அடுக்களைப் பக்கம் உள்ள தென்னை மரத்தடியில் கெட்டு நாறியது. அதைப் பார்க்கும்போதெல்லாம் நான் தாஸைப் பற்றி நினைத்துக் கவலைப்பட்டேன். அவனுக்கு வேண்டிய அளவு உணவு கிடைக்குமோ? அல்லது கஞ்சா பீடி புகைத்து, கள் குடித்து அலைந்து திரிவானோ?

என்னைப் பார்த்தபோது சுனந்தாவின் அக்கா கேட்காமலேயே யூதாஸைப் பற்றித்தான் சொன்னார். “உனக்குத் தெரியுமா நம்ம தாசுக்கு உடம்புக்கு முடியாம கிடக்கிறான். கொஞ்சம் போயி பார்த்துக்கோ.” எனக்குத் தலையில் இடி விழுந்தது போன்றிருந்தது. என்னவாம் எப்படியாம் என்றெல்லாம் கேட்பதற்குள்ளாகவே முகூர்த்தத்திற்கான நேரமாகிவிட்டிருந்தது. மத்தளமும் நாதஸ்வரமும் முழங்கும்போதும் கல்யாணம் நடக்கும்போதும் நான் யூதாஸைப் பற்றி நினைத்து எரிந்துகொண்டிருந்தேன். எனக்குத்தெரியாத ஏதோ நீர்நிலையின் கரையில் குடிசைக்குள் சுருண்டு குறுகிக் கிடக்கின்ற அவனுடைய உருவத்தை மனக்கண்ணில் கண்டேன். எங்கே இருப்பான் அவன்? கிடைத்த முதல் சந்தர்ப்பத்திலேயே நான்

சுனந்தாவின் அக்காவிடம் விசாரித்தேன். கல்யாண அவசரத்திலும் விட்டு நீங்காத ஆஸ்த்துமாவின் இளைப்பிலும் அவர் என்னைச் சோர்வுடன் பார்த்தார். "சேது மாஷுக்குத் தெரியும். மாஷுக்கு அவன் கடிதம் எழுதியிருந்தான்."

சேது மாஷைப் பற்றி நான் கேள்விப்பட்டு மட்டுமே இருக்கிறேன். சேது மாஷின் வீடு எங்கே இருக்கிறது என்று கேட்டபோது சுரேந்திரன் மாஷ் வீட்டுக்குச் செல்வதற்கான வழியை சுனந்தாவின் அக்கா சொன்னார். சுரேந்திரன் மாஷ் நக்சலைட் இல்லை. அவர் கைதுசெய்யப்படவும் இல்லை. ஆனால், நெருக்கடிநிலை முடிந்தபிறகு மாஷ் மனநல மருத்துவமனையில் சேர்க்கப்பட்டிருந்தார். என்றைக்கோ தாஸ் கொடுத்த ஆவணங்களை முன்னிட்டு அவர் இன்றும் உறங்காமல் இருக்கிறார் என்று நினைத்து எனக்கு மீண்டும் பயம் வந்துவிட்டது. அந்த ஆவணங்களைப் பார்க்க எனக்கு ஆசை இருந்தது. ஆனால், அவையெதுவும் சுரேந்திரன் மாஷிடம் இல்லை. அப்படியான சில ஆவணங்கள் தன்னிடம் இருப்பதான அவரது மனப்பிரம்மையைத்தவிர வேறு எந்த ஆவணமும் இல்லை என்று சேது மாஷ் சொன்னார். மருத்துவக்கல்லூரிக்கு அருகில் ஒரு சிறிய சைக்கிள் போகக்கூடிய இடைச்சந்தைக் கடந்து சென்றபோது நேர்த்தியான மிகச்சிறிய ஓடு வேய்ந்த வீடு இருந்தது. அந்த வீட்டில் சேது மாஷ் நான்கு பேர் சேர்ந்து நுழையக்கூடிய அளவுள்ள துய வெள்ளை கதர் சட்டையும் வேட்டியும் உடுத்துக்கொண்டு வாய் நிறைய வெற்றிலைபாக்குடன் குலுங்கிச் சிரித்தார். "அதுதான் பாசிசத்தோட வெற்றி" அவர் சொன்னார். "பயமுறுத்திப் பயமுறுத்தி கடைசியில அவங்க மனுசங்கள அவங்களே அல்லாதவங்களா ஆக்குவாங்க. எல்லாருமே கொஞ்சமேனும் பாசிஸ்ட்டுகள் தான். அம்மாவுக்கும் குழந்தைகளுக்குமான உறவ எடுத்துக்கோ. அம்மாகிட்டயும் இருக்கு கொஞ்சம் பாசிசம். தன்னோட குழந்தை தன்னை மட்டுமே நேசிக்கவேணும்னும் தன்னை விட்டுப் போயிடக்கூடாதுன்னும் தன்னோட வம்சத்த நிலைநிறுத்தவேணும்னும்..." அவர் மறுபடியும் குலுங்கிக் குலுங்கிச் சிரித்தார். "இனித்தானே வரப்போகுது. இப்ப என்ன நடக்குது? எல்லாரும் திருடங்க ஆயிட்டாங்க. ஐம்பதினாயிரம் கோடி ரூபாய் நம்ம குண்டர்களோட சொத்து, இந்தச் சின்ன மாநிலத்துல. தெரியுமா? அவங்க சாராயம் காய்ச்சறாங்க, ஆள கொல்றாங்க, பொண்ணுங்கள விக்கிறாங்க... தெய்வமே காப்பாத்து!"

“தாஸைப்பத்திச் சொல்லுங்க, மாஷ்.” நான் மன்றாடினேன். “தாஸ் எங்க இருக்காரு? தாசுக்கு உடம்புக்கு என்ன? எனக்கு தாஸ பார்க்கவேணும். பார்க்கறதுக்கு மாஷ் உதவவேணும்.” திடீரென்று சேது மாஷ் அமைதியானார். எனது குரல் இடறத் தொடங்கியது. யூதாஸின்மீதான காதல் முழுவதும் எனது குரலில் நிறைந்திருக்க வேண்டும். “எனக்கு வேற யாரும் இல்லை, மாஷே. பதினஞ்சாம் வயசில் தொடங்கிய காதல். எனக்கு இந்த ஜென்மத்துல அவரை மறக்க முடியாது. மாஷ் எனக்கு உதவணும். தாஸ்கிட்டச் சொல்லிப் புரியவைக்கணும். எனக்கு அவர் கூடச் சேர்ந்து வாழணும்.” “அது நடக்காதேடா -” மாஷ் சொன்னார். “அவன் சம்மதிக்க மாட்டான். அவனுக்குக் கடந்த காலத்துல இருந்து விடுதலை இல்லை. எங்கள்ல யாருக்கும் இல்லை...”

தாஸைப் பார்த்தே ஆகவேண்டும் என்று நான் மீண்டும் வற்புறுத்தினேன். ஆனால், அவர் இன்னும் கொஞ்சம் வெற்றிலையை வாயில் போட்டுக்கொண்டு குலுங்கிச் சிரித்தார். “வேண்டாம். பார்க்க வேண்டாம். அவன் இல்லை. அப்படி நினைச்சுக்கோ.” நான் அவரைப் பார்த்துத் திகைத்துப்போய் உட்கார்ந்திருந்தேன். “நீ போயி பொருத்தமான ஒருத்தன கல்யாணம் கட்டிக்கிட்டுச் சந்தோசமா வாழுடா. ரண்டு மூணு குழந்தைங்க ஆகும்போது உனக்கு இந்த நோய் நீங்கிடும்.” “எனக்கு இருக்கற நோய் நீங்காது.” நான் பிடிவாதக்காரியானேன். “எனக்கு அல்சர் இருக்குது.” “அந்த வியாதியப் பத்தியல்ல சொன்னது,” மாஷ் மீண்டும் வாய்விட்டுச் சிரித்தார். “உன்னோட அந்த ஹார்ட்டோட நோய்!” நான் பார்த்துக்கொண்டிருக்கும்போதே அவர் எழுந்துவிட்டார். “நேரம் ஆச்சு. சாயுங்காலம் கக்கயத்துல ஒரு மீட்டிங் இருக்கு. நெருக்கடிநிலையோட இறுதிச்சடங்கு. நானும் வரலைங்கற குற்றச்சாட்டு வேண்டாம்.”

“நானும் வாரேன்” - நான் முகத்தைத் துடைத்துக்கொண்டு எழுந்தேன். “தாஸைக் காண்பிக்கிற வரைக்கும் மாஷ் போகிற இடத்துக்கெல்லாம் நானும் வாரேன்.” மாஷ் மறுபடியும் குலுங்கிச் சிரித்தார். “நீ வரவேண்டாம்னு யாரு சொன்னா? கெளம்புடா.” அவருடன் நடக்கும்போது மாஷ் நகைச்சுவைகள் சொன்னார். கக்கயத்துக்கான நல்ல பயணம் அது. அத்தோளியில் இருந்து திரும்பியதிலிருந்து நில அமைப்பு மாறத் தொடங்கியது. பேருந்து பாய்ந்து சென்றது. உளியேரி, நடுவண்ணூர், பேராம்பற... யூகிக்க முடியாத ஒரு உலகத்தில், வேறொரு காலத்தில் சஞ்சரிக்கின்ற

அனுபவத்தில் நான் பேருந்தின் ஜன்னல் கம்பியில் தலைசாய்த்துச் சிலிர்த்திருந்தேன். மலைகள், விளைநிலங்கள், தன்னந்தனியான கடைகள்... பெரிய வளைவுகள் பின்னிட்டுப் போகும்போது எனக்குத் தலை சுற்றியது. பின்புற இருக்கையில் உட்கார்ந்திருந்த மாஷ் என் அருகில் வந்து அமர்ந்தார். "என்னடா, இடம் புடிச்சிருக்கா?" மாஷ் சிரித்தார். "நல்ல இடம்," நான் சொன்னேன். "நம்ம போலீசுக்குக் கலை உணர்வு இல்லைன்னு யாரடா சொன்னது? இதைவிட நல்ல ஒரு இடம் இருக்கா ஆளக் கொல்லறதுக்கு?"

அது உண்மைதான். வளைவு, திருப்பம், மரங்கள், பூக்கள். யூதாஸ் மீண்டும் எனது இதயத்தின் சிதைந்த நரம்புகளில் பெரிய கற்களைக் கட்டித் தொங்கவிட்டான். மாஷ் சற்று மூச்செடுத்தார். மீண்டும் சொல்லத் தொடங்கினார். "ஒரு ராத்திரியில்தான் என்னை அவங்க அரஸ்ட் செஞ்சாங்க. கேப்டன் அரஸ்ட் ஆகறதுகுக் கொஞ்சம் முன்னாடி. அம்மாவுக்கு அன்னைக்கு நோய் முத்திப்போச்சு. ராத்திரி மஃப்டியில ஒரு ஆள் வீட்டுக்கு வந்தான். சேதுமாஷ் இல்லையான்னு பணிவாக் கேட்டான். ஒரு சின்னப் பிரச்சனை மாஷே. பரமீசரன் சாருக்கு எதோ கேட்டுத் தெரிஞ்சுக்கணும்னு. எனக்கு விசயம் புரிஞ்சுபோச்சு. நான் அம்மாவுக்குக் கொஞ்சம் தண்ணி கொடுத்துக்கட்டுமான்னு கேட்டேன். கங்கை நீர் வீட்ல இருந்துச்சு. ஒரு சின்ன ஸ்பூன்ல நான் ரண்டு சொட்டு அம்மாவுக்குக் கொடுத்தேன். இனி பார்க்க முடியாது அம்மான்னு சொல்லி நெத்தியில ஒரு முத்தம் கொடுத்தேன். எனக்குத் தெரியும் கொண்டுபோய்ட்டா அப்புறம் பார்க்க முடியாது. விடுவாங்கன்னு என்ன நிச்சயம்? விட்டாக்கூட அது என்றைக்குன்னு என்ன நிச்சயம்? நான் உடனே போய் வண்டியில் ஏறினேன். முதல்ல எஸ். பி. ஆஃபீசுக்குக் கொண்டுபோனாங்க. அங்க கேள்வி கேட்டாங்க. ராத்திரி ஆனதும் கண்ணக் கட்டி, ஒரு கார்ல ஏத்துனாங்க, இந்த வழியில இருக்கற வளைவும் திருப்பமும் குண்டும் குழியுமெல்லாம் நான் நினைச்சுப் பார்க்கறேன்." மாஷ் பின்பக்கம் சாய்ந்து பெருமூச்சு விட்டார். திரும்பவும் சிரித்தார். "கண்ணக் கட்டி ஒரு வண்டியில உட்கார்ந்திருக்கறது ஒரு பயங்கரமான அனுபவம்டா. அனுபவிச்சுத் தெரிஞ்சுக்கணும்."

நான் அமைதியாக இருந்தேன். எனக்கு அந்த இரவைக் காண முடிந்தது. கண் கட்டப்பட்ட ஒரு ஆள். இரண்டு பக்கமும் போலீஸ்காரர்கள். மலையும் குன்றுமில்லை. வளைவுகளும்

திருப்பங்களும் மட்டுமே. யூதாஸின் அந்தப் பயணத்தைத்தான் நான் கற்பனை செய்தேன். தெய்வமே, அந்தச் சின்ன வயதில் கண்களைக் கட்டி இதுபோன்று ஒரு வண்டியில் உட்கார்ந்திருக்கும்போது எனது யூதாஸின் மனதில் என்ன இருந்திருக்கும்? இருபத்து நான்கு மணி நேரம் கேள்வி கேட்ட கதையை மிருகம் விவரித்ததை நான் நினைத்தேன். இதயத்தில் பெருமிதம் நிறைந்தது. யூதாஸ் போராடிப்பார்த்தான். முடிந்தவரை. தோற்றுப்போனான். பாவம். தோற்பதற்கான சுதந்திரமும் ஒரு போராளிக்கு இல்லையா? கடும்பச்சை நிறமுள்ள ஆற்றுக்கு மேலே பேருந்து கடந்தபோது நான் சட்டென நிமிர்ந்து உட்கார்ந்தேன். ஆற்றில் பயங்கரமான அலைகள். அணையில் தண்ணீர் திறந்துவிட்டிருப்பார்கள் என்று மாஷ் சொன்னார். நான் அந்தப் பச்சை நீரைப் பார்த்தேன். பள்ளத்தாக்கில் இதன் நிறம் இதைவிடக் கூடுதலாக இருக்கும். மூழ்கிப் பார்த்தால் ஒருவேளை சுனந்தாவின் உடலைப் பார்க்கலாம். நான் அந்தப் பழைய கருப்பு வெள்ளை கடவுச்சீட்டு அளவுள்ள ஒளிப்படத்தில் இருக்கும் முகத்தை நினைத்தேன். பெரிய கண்களும் பயமற்ற பாவமும். சவால் விடுகின்ற பாவம். மூழ்கித் தேடினால் பள்ளத்தாக்கின் அடியாழத்தில் சுனந்தா அப்படித்தான் படுத்திருப்பாள். பெரிய கண்கள் திறந்திருக்கும். உதடுகள் பாதிச் சிரிப்புடன் அமைதியாக ஏளனம் செய்யும் - ஓ, லிபர்ட்டீ...

கக்கயத்தை அடைந்ததும் இறங்கினோம். அது ஒரு சிறிய ஜங்ஷன். நான்கைந்து கடைகள். கோழிக்கடைகள். காஃபிக்கடைகள். காய்கறிக்கடைகள். தியாகி ராஜனின் சிவப்பு வண்ணம் தீட்டிய நினைவிடத்தின் முன்னால் நான்கைந்துபேர் கூடியிருந்தனர். யாரோ ஒருவர் மைக்கைப் பிடித்து உரையாற்றிக்கொண்டிருந்தார். "இறங்கிவாடா, நாம அவன் வாயில சிறுநீர் கழிக்கறதக் கேட்டுட்டு வருவோம்-" மாஷ் சொன்னார். பேச்சாளர் பாசிசத்தைப் பற்றித்தான் பேசிக்கொண்டிருந்தார். "இவனுடைய கட்சிதான் இன்னைக்கு மிகப்பெரிய பாசிஸ்ட் பார்ட்டி. நாற்காலியில உட்கார்ந்துக்கிட்டு அவனுங்க என்னவெல்லாம் செய்யறானுங்க..." கக்கயத்தில் அந்த முகாம் இருந்த இடத்துக்குக் கொஞ்சம் போகலாமா என்று நான் கேட்டேன். அனுமதி வாங்கவேண்டி வரும், மாஷ் சொன்னார். பழைய முகாம் இப்போது இல்லை. அந்த இடத்தில் ஒரு பெரிய கம்பெனியின் தொழிற்சாலை இருக்கிறது. "இருந்தாலும், கொஞ்சம் பார்த்துவிட்டு வரலாம், மாஷே." நான் வற்புறுத்தவும் அவர் சம்மதித்தார். நாங்கள்

ரோட்டில் இருந்து முகாமுக்குச் செல்லும் பாதையில் நடந்தோம். உரையாற்றுபவரின் கூட்டத்தைக் கடந்து மேல்நோக்கி ஏறியபோது நான் மூச்சுவாங்கினேன். தளர்ச்சி என்னை ஆட்கொண்டது. பாதையின் ஏற்றம் அதிகரித்துக்கொண்டே போனது. வலது பக்கத்தில் இருந்த வீடுகளுக்கு முன்னால் துவைத்து உலரவைத்த துணிகளையும் காய்வதற்காக வைத்த மிளகையும் பார்த்தேன். மாஷ் சற்று நின்றார். 'அப்போதும் இந்த வீடுகள் இருந்தன.' மாஷ் சொன்னார். இங்கே மனிதர்கள் இருந்தார்கள். ஒருவேளை, இவர்களுடைய முந்தைய தலைமுறையினர். இங்கே அணைக்கட்டு வேலைக்கு வந்தவர்கள். நடந்து ஏறுகின்ற எங்களை மிளகு காயவைத்துக்கொண்டிருந்த இளம்பெண் ஆர்வத்துடன் பார்த்தாள்.

பழைய முகாம் அலுவலகத்திற்குச் செல்லும் வழியைத் தடுப்பு வைத்து அடைத்திருந்தனர். செக்யூரிட்டி போஸ்ட்டில் இருந்த ஒரு ஆள் இறங்கிவந்தார். "யாரு?" அவர் விசாரித்தார். "பழைய முகாம் அலுவலகத்தைக் கொஞ்சம் பார்க்கலாம்னு" என்று சொன்னபோது அவர் சீறினார். "பர்மிஷன் இருக்கா? இல்லைன்னா போக முடியாது." மாஷ் என்னைப் பார்த்துச் சிரித்தார். "கேட்டியா நம்ம நாட்டுல நாம போறதுக்குப் பர்மிஷன் வேண்டியிருக்குது. இது ஃபோர்டுக்குச் சொந்தமான இடம் பெரியவரே. யாருடையது இந்த ஃபோர்டு? மக்களுடையது தானே? இல்லை உங்களுடைய அப்பன் சொத்தா?" "என்கிட்டக் கோவிச்சு ஒரு பயனும் இல்லை பெரியவரே. பெர்மிஷன் கொண்டுவந்தா உள்ளபோக அனுமதிக்கிறேன். இல்லாட்டி இல்லை." அவர் திரும்பி உள்ளே சென்றபோது நான் மாஷின் கையைப் பிடித்தேன். போதும் மாஷே. பார்க்க வேண்டாம். இல்லாவிட்டால் பிறகு ஒருமுறை வருவோம். எனது உடல் நடுங்கத் தொடங்கியிருந்தது. நான் இன்னொரு முறை யூதாஸும் சுனந்தாவும் அனுபவித்ததையெல்லாம் அனுபவிக்கத் தொடங்கியிருந்தேன். கருப்புக் காகிதம் ஒட்டிவைத்து மறைத்த ஜன்னல் கண்ணாடிகள். பி.ஜெ. தாமஸின் வீட்டிலிருந்து கொண்டுவந்த உலக்கை. ஹாலில் நிற்காமல் சுழல்கின்ற மின்விசிறிகள். கூவென்று கத்தினால் திருப்பிக் கூவுகின்ற மலைகளை நான் அச்சத்தோடு பார்த்தேன். எனக்கு ஓடித் தப்பிக்கவேண்டும் என்று தோன்றியது. காலூன்றி நிற்கின்ற மண்ணிடம் எனக்குப் பயம் தோன்றியது. சுற்றிலும் வீசியடிக்கின்ற காற்றிடம் பயம் தோன்றியது. அமைதியிடமும் பசுமையிடமும் ஆகாயத்திடமும் குளிர்ச்சியிடமும் எனக்குப் பயம் தோன்றியது. எனக்கு யூதாஸைப் பார்க்கவேண்டும் என்று தோன்றியது.

திரும்பி இறங்கும்போது நான் இன்னும் அதிகமாக மூச்சு வாங்கினேன். மிளகு காயவைத்துக்கொண்டிருந்த இளம்பெண்ணின் வீட்டுக்கு முன்னால் வந்தபோது மாஷ் நின்றார். "கொஞ்சம் நில்லுடா. எனக்கு இங்க தெரிஞ்சவர் ஒருத்தர் இருக்கார்." அவர் உள்ளே சென்றார். "இட்டிச்சனோட வீடுதானே? இட்டிச்சன் இப்ப இருக்காரா?" இளம்பெண் எழுந்தாள். "அப்பா படுத்திருக்காரு. ரொம்ப முடியலை." நாங்கள் அந்த வீட்டுக்குள் சென்றோம். கயிற்றுக் கட்டிலில் கருத்து மெலிந்த முதியவர் படுத்திருந்தார். "யாரடீ பாப்பா-" என்று முதியவர் தளர்ந்த குரலில் கேட்டார். "நான் இந்த கேம்ப்ல இருந்தேன் இட்டிச்சா. ஞாபகம் இருக்கா என்னை?" என்று சேது மாஷ் கேட்டார். "யாரு ராஜனா?" இட்டிச்சன் கண்களுக்கு மேல் கையை வைத்தார். "ஹேய், ராஜன் ஆகறதுக்கு வழியில்லை. ராஜன் செத்துட்டாரில்லையா? நான்தானே சாட்சி சொல்லப் போனேன்?" எனது உடல் மீண்டும் சிலிர்த்துக்கொண்டது. தெய்வமே, கடந்தகாலத்தின் சித்தரவதையை என்னால் இனியும் தாங்கிக்கொள்ள முடியாது. ரத்தத்தின் வாடை. "தாஸ ஞாபகம் இருக்கா?" நான் கேட்டேன். "காணிப்பாற மலையில இருந்து ஒரு பொண்ணோட உடம்ப பள்ளத்தாக்குல எறியப் போன தாஸ?" முதியவர் என்னை உற்றுப் பார்த்தார். "ஒண்ணல்ல ரண்டு. ஒரு பொண்ணு, ஒரு ஆணு. நான் பார்க்கல. சொல்லிக் கேள்விப்பட்டதுதான்." "எதுக்காக அப்பா திரும்பத் திரும்ப அதையே சொல்லிக்கிட்டிருக்கீங்க?" வாசலில் இருந்த மகள் உள்ளே வந்தாள். "அந்தக் காலமெல்லாம் முடிஞ்சுபோச்சே? போயிருச்சே? இன்னமும் எதுக்காகச் சொல்லிக்கிட்டு இருக்கீங்க?" "ப்ப! பேசாதடீ." முதியவர் தலை உயர்த்தி ஆட்டினார் "சொல்லிக்கிட்டே இருக்கணும். இல்லாட்டி அந்தக் காலம் இனிமேலும் வரும். சொல்லிச் சொல்லி ஞாபகப்படுத்திக்கிட்டே இருக்கணும். எப்பவும் எல்லார்கிட்டயும். உங்களுக்கெல்லாம் என்ன தெரியும்? இந்த வாசலுக்குப் போறதுக்கே பயமா இருந்துச்சு. எங்க பார்த்தாலும் போலீஸ்காரங்க. ஒரு கிலோமீட்டருக்கு அந்தப்பக்கம் இருக்கற கேம்ப்ல இருந்து எப்பவும் அலறல். அலறல்ன்னு சொன்னா? ஹோ, ஓடேதம்புரானே, மனுசங்களால சகிக்க முடியுமா?" "இட்டிச்சா, என்னை மருந்து வாங்க தூக்கிக்கிட்டுப் போனீங்க இல்லையா இட்டிச்சா?" சேதுமாஷ் கேட்டார். "ஞாபகம் இருக்கா?" "பின்ன இல்லாமையா?" முதியவர் கருத்த முகத்திலிருக்கும் வெளுத்த பற்களைக் காட்டிச் சிரித்தார். "வந்தது ஞாபகம் இருக்கா? காந்திஜி வந்தது மாதிரி.

ரண்டு பக்கமும் ரண்டு போலீஸ். போலீசோட தோள்மேல பெரிய ஒரு மூங்கில் தண்டு. அதுமேல கிருஸ்துவ கட்டித் தொங்கவிட்டது மாதிரி கொண்டுவந்தாங்க. நிறைய ரத்தம். அங்க நடக்கவச்சுக் கூட்டிட்டுப்போன வயசுப்பசங்களெல்லாம் அப்படித்தான் திரும்பி வந்தாங்க. கம்புல கட்டித் தொங்கவிட்டாங்க. ராஜன என்ன செஞ்சாங்கன்னு தெரியுமா?" "எனக்குக் கேட்கவேண்டாம்," நான் சொன்னேன். "எனக்கு அதைக் கேட்கறதுக்குச் சக்தியில்லை." முதியவர் பெருமூச்சு விட்டார். "உங்களுக்குக் கேட்கறதுக்குச் சக்தியில்லை. அப்போ எங்களுக்கு? பார்த்த எங்களுக்கு?" சேதுமாஷ் சிரித்தார். "சித்தரவதைப்பட்ட நாங்க? போலாம்டா வா." அவர் எழுந்துவிட்டார். "பத்திரிகைக்காரங்களும் டெலிவிஷன் காரங்களும் வரலையா பழைய ஞாபகங்களக் கேட்கறதுக்கு?" "வாரதுண்டு," முதியவர் சிரித்தார். "நான் ஒருத்தனையும் உள்ள விடறதில்லை, மாஷே. என்னோட ஞாபகங்கள நான் யாருக்கும் கொடுக்க மாட்டேன், மாஷே. என்னோட கையில இந்த வயசான காலத்துல வேற ஒண்ணும் இல்லை." மாஷ் சட்டைப்பையில் இருந்து சில நோட்டுகளை எடுத்து முதியவருக்குக் கொடுத்தார். "இத வச்சுக்குங்க இட்டிச்சா, புகையிலை வாங்கிக்கோங்க."

வசந்தத்தின் இடிமுழக்கம். திரும்பி இறங்கும்போது சேதுமாஷ் உரக்கச் சிரித்தார். "பூத்துக்குலுங்குற இளமையோட பூமரங்கள் எத்தனைய அவனுங்க அடிச்சு உதிரவச்சாங்க?" நான் மாஷை பொம்மையைப் போன்று பின்தொடர்ந்தேன். "உனக்கு இனி எங்கடா போகணும்? காணிப்பாறை மலைக்கா?" நான் முகமுயர்த்தி மாஷைப் பார்த்தேன். "எனக்கு அந்தப் பள்ளத்தாக்க பார்க்கணும், மாஷே. தாஸ் சுனந்தாவையும் அவங்க நண்பனையும் எறிஞ்சாரில்லையா? அந்தப் பள்ளத்தாக்கு..." மாஷ் நடப்பதை நிறுத்திவிட்டு அந்த இடத்திலேயே நின்றுவிட்டார். என்னைப் பார்த்துப் பின்னர் வலதுகை நீட்டி எனது தோளைப் பிடித்தார். ஏதோ சொல்ல முயன்று சொற்கள் தொண்டையை அடைத்துக்கொண்டன. எனது தோளைப் பிடித்துக்கொண்டு மாஷ் சிறிது தூரம் நடந்தார். பிறகுதான் சொன்னார், "தாஸ் சாலக்குடியில இருக்கான். பள்ளிக்கூடத்துக்குப் பக்கத்துல ஆத்தோரத்துல. போயி பார்த்துக்கோ." திரும்பி நடக்கும்போது நாங்கள் பேசிக்கொள்ளவில்லை. அடுத்த நாள் காலையில் முதலில் கிடைத்த ரயிலில் நான் சாலக்குடிக்குப் போனேன்.

சவங்களை மூழ்கி எடுக்கின்ற யூதாஸைப்பற்றிக் கேட்டபோது ஒரு ஆட்டோகாரர்தான் என்னை அங்கே கூட்டிச்சென்றார்.

ஆற்றை ஒட்டிய சிறிய குடிசையில்தான் அவனுடைய இருப்பு. சிறிது தூரம் தள்ளி ஆற்றை நோக்கி நீண்டு கிடக்கின்ற கொடிகள் படர்ந்து கிடக்கின்ற ஒரு மரத்தின் அடியில் ஆற்றைப் பார்த்துக்கொண்டு உட்கார்ந்திருந்தான் அவன். நான் சரிவில் இறங்கிச் சென்றபோது அவன் மெதுவாகத் திரும்பிப் பார்த்தான். அவன் முற்றாக மாறியிருந்தான். ஒண்ட வெட்டிய முடியும் மீசையும் தாடியுமாக. ஆங்காங்கே கிழிந்த சட்டையை அவன் உடுத்தியிருந்தான். சிறு முடிகள் வளர்கின்ற முகத்தில் என்னைப் பார்த்தும்கூட எந்த உணர்ச்சி மாற்றமும் ஏற்படவில்லை.

"நான் வந்துட்டேன்."

நான் சவால்விடுகின்ற குரலில் சொன்னேன்.

அவன் தன்னுடைய கைகளைப் பார்த்துக்கொண்டு குனிந்து உட்கார்ந்தே இருந்தான். நான் அவனருகில் சென்று தோளில் தலை சாய்த்து உட்கார்ந்தேன். ஆறு பச்சை நிறத்தில் ஓடியது. அலைகள் பலவீனமாக இருந்தன. ஒரு கல்லை எடுத்து எறிந்தால் மூழ்கிப்போகக்கூடிய லேசான ஆறு. நான் கக்கயத்துத் தண்ணீரை நினைத்தேன். அதன் கடும்பச்சை நிறத்தையும் ஆர்ப்பரிப்பையும் திரும்பத் திரும்ப நினைத்தேன்.

"தாஸ், உங்கள நான் கண்டுபிடிக்க மாட்டேன்னு நினைச்சீங்களா?"

நான் இடறலுடன் கேட்டேன்.

"யூ - தாஸ்."

அவன் திருத்தினான்.

அவனுடைய குரலும் இடறியிருந்தது. நான் கை நீட்டி அவனுடைய நெற்றியிலும் கன்னத்திலும் கழுத்திலும் வருடினேன். நான் வருடுவதற்கு இந்த உலகத்தில் அவன் மட்டுமே எனக்கான ஆணாக இருக்கிறான். ஆனால், அவன் பாறை போன்று அசைவற்று இருந்தான். "என்ன யோசிக்கிறீங்க, தாஸ்," நான் திரும்பவும் கேட்டேன். "என்னை எப்படி ஏமாற்றலாம்னா?" அவன் என்னைத் தலைசாய்த்துப் பார்த்தான்.

"எனக்கு உடம்புக்கு முடியலை."

யூதாஸின் நற்செய்தி

“சவங்கள நீந்தி எடுக்கறதுக்கு இப்பப் போறதில்லையா?”

“போறேன்...”

“கரையில ஆம்பளப் பசங்களுக்கு காமக் கலையப்பத்தி கிளாஸ் எடுக்கறதில்லையா?”

அவனுடைய முகம் சிவந்தது. நான் வாய்விட்டுச் சிரித்தேன். “நீங்க ஒரு பயந்தாங்கொள்ளி.” நான் மீண்டும் சிரித்தேன். தாஸ் தோல்வி பாவத்தில் இருந்தான். “நான் கக்கயத்துக்குப் போனேன்!” நான் சொன்னேன். “ஆறு பார்த்தேன். காணிப்பாறை மலையப் பார்த்தேன். நீங்க நடந்த மண்ணுல நடந்தபோது எனக்குச் சிலிர்ப்பா இருந்துச்சு.” தாஸ் என்னைத் தலைசாய்த்துப் பார்த்தான். “எதுக்கு அந்த வழியில திரும்பத் திரும்ப நடக்கறே?” “எனக்குத் தெரியாது. பயம் வரும்போது நான் உங்களை நினைச்சுக்குவேன்.” “எதுக்கு பிரேமாவுக்குப் பயம்?” எனது குரல் திரும்பவும் தொண்டையை அடைத்தது. காதலின் மூச்சுமுட்டல் எனது இதயத்தை நெறித்தது. நான் உதவியற்றவளாக எழுந்து நின்றேன். “வா, நாம வீட்டுக்குப் போகலாம்,” அவன் சொன்னான். உள்ளே சென்றதும் அவன் தரையில் மல்லாந்து படுத்துவிட்டான். “எனக்கு முடியல பிரேமா.” அவன் முணுமுணுத்தான். “எனக்கு ரொம்ப முடியல. நான் சாகற நிலைமைக்கு வந்துட்டேன். இனி நீ தேடி வரும்போது நான் இருக்கமாட்டேன்.” எனக்கு உடல் நடுங்கியது. ரத்தம் கொதித்தது. “அதனால?” நான் கோபத்துடன் கேட்டேன். “அதனால?”

“நீ இனி என்னைத் தேடிக்கிட்டு வராதே.”

நான் அவனைச் சிறிது நேரம் பார்த்தேன்.

“எனக்குத் தேடிப்போறதுக்கு வேற யாருமில்லை.”

“நான் திறமையில்லாதவன், குணமில்லாதவன்...”

“எனக்கு உங்கமேல மதிப்புண்டு.”

“ஒரு இயக்கத்தக் காட்டிக் கொடுத்தவன், ஒரு பொண்ணோட நம்பிக்கையப் பாதுகாத்து வைக்கறதுக்கு முடியாம இருந்தவன்...”

“மிருகம் பரமேஸ்வரன் உங்கள இருபத்திநாலு மணி நேரமும் சித்தரவதை செஞ்சாரில்லையா? இருந்தாலும் நீங்க ஒரு வார்த்தை பேசல. அதுக்குப் பதிலா பேசியிருந்தா, அது உங்களோட குற்றமுமல்ல. நீங்க யாரையும் காட்டிக்கொடுக்கல...”

“நான் அவளோட பேரச் சொல்லிட்டேன்...”

“அது நீங்க காதலால உருப்போட்டது.”

“ஆனா, அதனாலதான் அவங்க அவள...”

“தாஸ்”

நான் பொறுமையின்றிக் கூப்பிட்டேன்.

“அஞ்சு வருசமா நான் உங்களத் தேடி அலையறேன். திரும்பவும் கண்டுபிடிச்சிட்டேன். இந்த முறையும் நீங்க என்னைக் கைவிட்டுட்டுப் போவீங்க... எனக்குத் தெரியும். ஆனா, இப்பவாவது புதுசா எதாச்சும் சொல்லுங்க... சுனந்தாவப் பத்திக் கேட்டு எனக்கு வெறுத்துப்போச்சு. நீங்க என்னைப்பத்திச் சொல்லுங்க... காட்டிக்கொடுக்கப்பட்டவங்களும் பள்ளத்தாக்குல எறியப்பட்டவங்களும் மட்டுந்தான் இருக்காங்களா இந்த உலகத்துல? அந்த ஞாபகத்துல இன்னைக்கும் நரக வேதனைய அனுபவிக்கிற எங்கள மாதிரி சிலர் இல்லையா...?”

நான் யூதாஸின் காலடியில் அவமானத்தோடு உட்கார்ந்தேன். சிறிது நேரம் கழித்ததும் அவன் மெதுவாக எழுந்து எனது மடியில் தலைவைத்து நீட்டிப் படுத்துக்கொண்டான். அது என்னை நடுங்கச் செய்தது. எனக்குத் திரும்பவும் அழுகை வந்தது. அவனுடைய தலைமுடியைக் கோதிவிட்டேன். அவன் என் முகத்தைப் பார்த்தான். “நீ, ரொமப அழகு பிரேமா.” அவன் சொன்னான். “இன்னிக்குத்தான் எனக்கு அது புரிஞ்சுது.” எனக்குச் சிரிப்பும் அழுகையும் வந்தன. “நீங்க என்னைக் காதலிச்சிருந்தால்,” நான் வலியை விழுங்கினேன். “ஒருவேளை நான் இன்னும் அழகாகியிருப்பேன்.” “அழகுக்கு ஒரு மதிப்பும் இல்லை.” யூதாஸ் சொன்னான். “தைரியத்துக்குத்தான் மதிப்பிருக்கு. எதிர்த்து நிற்கறதுக்கான தைரியம். வளஞ்சு போயிடாத. ஒடிஞ்சு போயிடாத. தளர்ந்து போயிடாத.” அவன் என் கன்னங்களை வருடினான். “நான் தூங்கிக்கட்டுமா?” பின்னர் அவன் எனது மடியில் படுத்து உறங்கிவிட்டான். நெடுநேரம் நான் அப்படியே உட்கார்ந்திருந்தேன். பிறகு நானும் தூங்கிவிட்டேன். அவன் சற்று அசைந்தபோது நான் திடுக்கிட்டு எழுந்து அவனை இறுக்கமாகக் கட்டிக்கொண்டேன். “எங்க போறீங்க?” நான் பதற்றத்துடன் கேட்டேன். “குளிச்சிட்டு வாரேன்,” அவன் வெட்கத்துடன் சொன்னான். நான் பார்த்துக்கொண்டிருக்கும்போதே அவன்

கொடியில் கிடந்த ஆடைகளை ஒரு வாளியில் எடுத்துப் போட்டுக்கொண்டு வெளியே போனான். வாளியும் துணியுமாக அவன் ஆற்றில் இறங்கியபோது நான் திண்ணைக்கு வந்தேன். திண்ணையில் உட்கார்ந்திருக்கும்போது அவன் வாளியுடன் ஆற்றின் நடுப்பகுதிக்கு நீந்துவதை நான் பார்த்தேன். மாலை வெயில் மங்கத் தொடங்கியிருந்தது. வாளியும் துணியுமாக அவன் தண்ணீருக்குள் போனது எதற்காகவென்று எனக்குப் புரியவில்லை. அவன் ஆற்றின் நடுவிலேயே தொலைவுக்குத் தொலைவுக்கு நீந்தி அகன்றான். அப்போதுதான் எனக்கு ஒரு விசயம் பிடிபட்டது, அவன் என்னைத் திரும்பவும் ஏமாற்றிவிட்டான். நீண்ட நேரம் எடுத்துக்கொள்ளாமல் ஆறு வெறுமையானது. அவன் முற்றாக மறைந்துபோயிருந்தான். நான் நிலைதடுமாறியவளாக அங்கே நின்றேன். வெளிச்சமில்லாத, கைவிடப்பட்ட அவனுடைய குடிசையில் நான் உறங்காமல் காத்திருந்தேன். காலையில் நான் அந்த வீட்டிலிருந்து புறப்பட்டேன். போகும்போது நான் பையைத் திறந்து சுனந்தாவின் டைரியை எடுத்தேன். அதற்குள் இருந்த அப்பா, மிருகம் பரமேஸ்வரனுக்கு எழுதிய கடிதத்தை எடுத்தேன். 'மேன்மைதங்கிய பரமேஸ்வரன் எஜமான் அவர்களுக்கு...' எஜமான்! நான் அந்தக் கடிதத்தை எடுத்துச் சுருட்டிக் கசக்கி ஆற்றில் எறிந்தேன். எனது மாப்பிள்ளை யூதாஸ்தான். அவனைத் திரும்பத் தரவேண்டியது தண்ணீர்தான். என்னைச் சொந்தமாக்குவதற்கு அவனை மட்டுமே நான் அனுமதிப்பேன்.

எட்டு

காட்டிக்கொடுப்பவனுக்கு மட்டுமல்ல, அவனுடைய காதலிக்கும் தூக்கம் வராது. எனக்கு உறக்கம் குறைவாகவே இருந்தது. சிலசமயம் நான் நாட்கணக்கில் மருத்துவமனையில் இருந்தேன். ரத்தத்தின் சிவந்த துவர்ப்பு நாவில் ஊறும்போது நான் யூதாஸைப் பற்றி மட்டுமே சிந்தித்தேன். எனது கண்ணிலும் ரத்தம் கசிந்தது. மூழ்கி மரணிக்கின்ற இடங்களிலெல்லாம் நான் அவனைத் தேடிக்கொண்டிருந்தேன். அவ்வப்போது நான் சுனந்தாவின் வீட்டிற்குக் கடிதம் எழுதி அவனுடைய விவரங்களை விசாரித்தேன். அங்கிருந்து சரியான விவரங்கள் கிடைக்கவில்லை. கிடைத்த பதில்கள் ஒன்றில் அவன் சுனந்தாவின் அக்கா மகள் சங்கீதாவைப் பார்க்கப் போவதுண்டு என்று வாசித்தபோது எனது இதயம் உற்சாகமடைந்தது. ஆனால், மீதியுள்ளதை வாசித்தபோது எனது இதயம் மீண்டும் தளர்ந்துபோனது.

"சங்கீதாவிடம் அவன் உன்னைப்பற்றி விசாரித்ததாகச் சொன்னாள். நேரம் கிடைக்கும்போது நீ அவளைப் போய்ப் பார்க்கவேண்டும். அவளுக்கு இப்போது விசேசம். அவளுடைய வீட்டுக்குப் பக்கத்தில் இருக்கும் செங்கல் சூளைக்கு எதிராகப் போராட்டம் நடக்கிறது. அவளும் சித்தியின் வழியில் போவதற்குத் தயாராகிக்கொண்டிருப்பாள். பிரேமா, உனக்கு நேரம் கிடைக்கும்போது அவளைப் போய்ப் பார்த்துக் கொஞ்சம் அறிவுரை சொல்லவேண்டும். உடன்பிறப்பாக இருந்த ஒருத்தி போய்விட்டாள். இனி இப்போது இருக்கும் ஒரே மகளைக்கூட இழந்துவிட்டால் நான் அதை எப்படித் தாங்குவேன்?..."

நான் அந்தக் கடிதத்தையே பார்த்துக்கொண்டு அசையாமல் உட்கார்ந்திருந்தேன். எனக்கு ஒரே சமயத்தில் தளர்ச்சியும்

எழுச்சியும் தோன்றின. புரட்சிகள் முடியப்போவதில்லை. சிறிய மனிதர்கள் எங்கெல்லாமோ தங்களுக்கே உரிய முறையில் அதை நடத்துகிறார்கள். இரவு விடுதி அறையின் ஜன்னலைத் திறந்து வைத்துவிட்டு நான் வெளியே பார்த்துக்கொண்டு உறங்காதிருந்தேன். கூடிய விரைவில் சங்கீதாவைப் பார்க்கப் போகவேண்டுமென்று நான் முடிவு செய்தேன். உறுதியாக யூதாஸ் அங்கே எங்காவது இருப்பான். ஒவ்வொரு நாளாக எனது வாழ்க்கை கையைவிட்டு நழுவிப்போகிறது. ருசித்துப் பார்க்காத உணவு போன்று எனது வாழ்க்கை பழையதாகிப் புளித்துப்போகிறது. கீழ்நோக்கி வேகமாகப் பாயும் நீரில் அடித்துச் செல்லப்படும் சிறிய மரக்கட்டையைப் போன்று சிலசமயம் மூழ்கிப்போகிறது. சிலசமயம் மேலெழுந்து மிதக்கிறது. அவனுடனான காதல் மட்டும் மரத்துண்டுக்குள் அணையாத கனலாகத் தகித்துக்கொண்டிருக்கிறது. எனது இளமை, வெயிலில் வைத்த தண்ணீர் போன்று வற்றிக்கொண்டிருக்கிறது. முகத்தில் ரத்தத்திளைப்பு வற்றிச் சருமம் பொலிவு இழந்து வறண்டுபோனது. நான் அந்தச் சமயத்தில் கோட்டயத்தில் உள்ள ஒரு பெண்கள் அமைப்பில் எழுத்தராக வேலை பார்த்துக்கொண்டு இருந்தேன். என்னுடன் படித்த ஒரு பெண்ணின் தாய்தான் அந்த வேலையை எனக்குப் பெற்றுக்கொடுத்தார். தாஸைப் பார்த்து எத்தனையோ வருடங்கள் கழிந்திருந்தன!

திருச்சூரிலிருந்து சிறிது தொலைவில் இருந்தது சங்கீதாவின் வீடு. நல்ல மழைநாளில் நான் அங்கே சென்றிருந்தேன். கரும்பச்சை இலைகள் உள்ள மரங்கள் நிழல் விரிக்கின்ற கிராமத்துப் பாதைகளாக இருந்தன அங்கே. அந்தப் பாதையில் தனித்து நடக்கும்போது மனம் குளிர்ந்தது. என்னுடன் யூதாஸ் இருந்திருந்தால் என்று நான் ஆசைப்பட்டேன். இரண்டு சாதாரண மனிதர்களைப் போன்று கடந்த காலத்தின் சுமைகள் இல்லாமல் மழையில் நாங்கள் நடக்க முடிந்திருந்ததென்றால். சாலையோர மரங்களைப் பற்றியோ மலர்களைப் பற்றியோ அவ்வப்போது சைக்கிளில் குடை பிடித்துக்கொண்டு பாய்ந்து சென்ற பள்ளிக் குழந்தைகளைப் பற்றியோ பேசவும் சிரிக்கவும் முடிந்ததென்றால். எனக்கு ஒரு நல்ல நகைச்சுவையைக் கேட்கவும் சிரிக்கவும் பேராசை தோன்றியது. கண்களைப் பார்த்து நேசத்துடன் சிரிப்பதற்குக்கூட எங்களுடைய தலைமுறைக்கு முடியாமல் போனது. குற்ற உணர்வில்லாமல் சிரிப்பதற்கான தைரியத்தைக்கூட அப்பாவின் தலைமுறை பறித்து எறிந்துவிட்டது.

மழையில் நனைந்தவாறு நான் சென்று சேர்ந்தது முழக்கமிடுகின்ற போராட்டக்காரர்களுக்கு இடையேதான். என்னைப் பார்த்ததும் கூட்டத்திற்குள்ளிருந்து சங்கீதா ஒரு குடையைப் பிடித்துக்கொண்டு வெளியே ஓடிவந்தாள். நீண்ட முடியை குளித்துவிட்டுப் பின்னியதுபோன்று பின்னி முனையைக் கட்டியிருந்தாள் அவள். கருப்புப் பூப்போட்ட வெள்ளைச் சேலையின் முந்தானையை இழுத்து வயிற்றில் செருகியிருந்தாள். நாணம் நிறைந்த முகத்திலும் உடலிலும் புதுமணத் தம்பதிகளுக்கும் கர்ப்பிணிகளுக்கும் உள்ள மாற்றங்கள் தெளிவாகத் தெரிந்தன. எண்ணெய் மினுங்கும் கருத்த முகத்தில் அசாதாரணமான தைரியத்தின், மன உறுதியின் ஒளி நிறைந்திருந்தது. “அக்கா, இடத்தக் கண்டுபிடிக்கறதுக்குச் சிரமப்பட்டீங்களோ, வாங்க, வீடு இங்க பக்கத்துலதான் இருக்குது. இன்னிக்கு எங்களோட போராட்டம் நாற்பத்தஞ்சாவது நாள எட்டியிருக்குது. அக்காவுக்கு டீ எதும் வேணுமா?” நான் மழைத்துளிகள் வடிகின்ற முகத்தோடு அவளைப் பார்த்துப் புன்னகைத்தேன். “எனக்கு இப்ப ஒண்ணும் வேண்டாம், உங்க அம்மாவோட கடிதம் கிடைச்சதுனால வந்தேன். நீ நல்லா இருக்கே.” அப்போது அவளுடைய முகம் சற்றுச் சிவந்தது. “அக்காகிட்ட அம்மா சொன்னாங்கில்லையா, எனக்கு விசேசம்ணு...”

நான் அவளைக் கண்ணிமைக்காமல் பார்த்துக்கொண்டு நின்றேன். முதன்முதலாகப் பார்த்த நாளில் சிறியவளாக இருந்த அவள் அம்மாவாகப் போகிறாள். சுனந்தா இருந்திருந்தால் என்ற சிந்தனைதான் அப்போது மனதுக்குள் ஓடியது. சுனந்தா இருந்திருந்தால். தாஸ் அவளைத் திருமணம் செய்திருந்தால். அவளும் கர்ப்பிணியாக இருந்தாளென்றால்... எனக்கு இதயத்தில் ஒரு கனத்த பாரம் தொங்கியது. எனக்கு அதன்பிறகு யூதாஸின் வாழ்க்கையில் என்ன முக்கியத்துவம் இருக்கப்போகிறது? யூதாஸைப் பார்ப்பதற்கு எனது இதயம் பெரும் ஏக்கத்துடன் துடித்தது. எனக்கு அவனைக் கண்டுபிடிக்க வேண்டும். அவனை என்னுடையவனாக ஆக்கவேண்டும். அவனுடைய குழந்தையைக் கர்ப்பத்தில் சுமந்து இதுபோன்று மழையில் குடை பிடித்து நின்று சிரிக்கவேண்டும்.

முழக்கங்களுக்குச் சக்தி கூடிக்கொண்டிருந்தது. “இன்னைக்கு இங்கே சேறு எடுக்கத் தொடங்கப்போறாங்க அக்கா,” சங்கீதா சொன்னாள். “எங்களோட விளைநிலத்தை எல்லாம் அவங்க குழி தோண்டி அழிக்கறாங்க. ரண்டுல ஒண்ணு தெரிஞ்சப்புறம்தான் இனி இங்கிருந்து போகவேணும். எங்களுக்கு எங்களோட வயல்

வேணும். நெல்லு விதைக்கணும். அறுக்கணும். எங்களோட கன்று காலிகளுக்கு மேயறதுக்கு நிலம் வேணும். கிணறுகளில் தண்ணீர் வேணும்.” நான் அவளுடன் அங்கே ஓரமாக நின்றேன். அந்தச் சமயத்தில் திடீரென்று ஜீப்புகளும் பின்னாலேயே மாவட்ட ஆட்சியரும் எஸ்.பி.யும் ஏறிவந்த கார்களும் வந்தன. திடீரென்று அங்கே ஒரு மோதல் சூழல் ஏற்பட்டது. பேண்ட்டும் பெல்ட்டும் அணிந்த ராஜாக்களைப் போன்று பின் கதவுகளைத் திறந்து எஸ்.பி.யும் மாவட்ட ஆட்சியரும் இறங்கினார்கள். யாரோ பயபக்தியுடன் குடைகளை விரித்துப் பிடித்தனர். மாவட்ட ஆட்சியர் ஒரு தாளை எடுத்து உரக்க வாசித்தார். என்னவென்று என்னால் கேட்க முடியவில்லை. ஆட்சியரின் முகம்தான் எனது கண்களைக் கவர்ந்திழுத்தது. அவருடைய வெளுத்த முகத்தில் தசைகள் பாறாங்கற்களைப் போன்று புடைத்துக்கொண்டு நின்றன. முழக்கமிடுகின்ற பாவப்பட்ட மக்களை அவர் பார்த்த விதம்தான் என்னைத் தொந்தரவு செய்தது. அகங்காரமும் வெறுப்பும் இருந்தது பார்வையில். “சட்டம் உங்களுக்கு எதிராக இருக்கிறது. கோர்ட் தீர்ப்புக்கு நீங்கள் கட்டுப்பட வேண்டும்”- ஆட்சியர் கத்திச் சொன்னார். சனத்திரள் திடீரென்று அமைதியானது. “எங்களுக்கு எங்களுடைய வேலையைச் செய்யாமல் இருக்க முடியாது. ஃபேக்டரி உரிமையாளர்களுக்குப் போலீஸ் பாதுகாப்புக் கொடுப்பதற்குக் கோர்ட் உத்தரவு போட்டிருக்கிறது. நீங்கள் கலைந்து செல்லவேண்டும்.”

என் அருகில் நின்றிருந்த சங்கீதா திடீரென்று குடையைத் தூக்கி எறிந்துவிட்டு முன்னோக்கிச் சென்றாள். நான் வியந்துபோனேன். அவள் சனத்திரளை விலக்கிக்கொண்டு ஆட்சியருக்கு முன்னால் சென்றாள். “மிஸ்டர் கலெக்டர்-” அவளுடைய கூர்மையான குரலை நான் தெளிவாகக் கேட்டேன். “நாங்கள், கிட்டத்தட்ட இருநூற்றைம்பது ஏழைங்க எப்படி வாழறதுன்னு நீங்க சொல்லறீங்க? கிணறுகள் வற்றும்போது நாங்கள் எங்கிருந்து தண்ணீர் எடுக்கணும்னு சொல்லறீங்க?” ஆட்சியர் அவளை வெறுப்போடு பார்த்தார். அவள் முடிக்கவில்லை. “மிஸ்டர் கலெக்டர், நீங்க வகிக்கற பதவியோட மதிப்ப நீங்க மறந்துடாதீங்க. அது இந்தப் பணக்காரங்களுக்குப் பணிவிடை செய்யறதுக்கு வேண்டியல்ல, ஏழைகளுக்கு உதவறதுக்கு வேண்டித்தான்.” ஆட்சியர் முகம் சிவக்க அவளை முறைத்துப் பார்த்தார். உங்களுக்கு உள்ளது போன்ற உரிமைகள் தொழிற்சாலை முதலாளிகளுக்கும் இருக்கிறது

என்றோ வேறு என்னவோ அவர் சொன்னபோது அவள் வெடித்தாள். "வெட்கமா இல்லையா சார் இதை என் முகத்துக்கு நேராச் சொல்லறதுக்கு? உங்க மாமா மகனோட மனைவியுடைய அப்பாதானே முதலாளிங்கள்ல ஒருத்தர்? அவரு கோடீஸ்வரன். இந்த ஏழைங்களோட வாழ்க்கைய அழிச்சிட்டுத்தானா அவருக்கு இனியும் லாபம் சம்பாதிக்க வேணும்?"

நான் திகைப்போடு பார்த்துக்கொண்டிருக்கும்போது கூட்டம் ஆரவரித்தது. போலீஸ்காரராக இருக்கலாம், சங்கீதாவைப் பிடித்துத் தள்ளிவிட்டார். நானும் என்னையறியாமல் முன்னோக்கிப் பாய்ந்தேன். திடீரென்று அந்த இடம் பதற்றமடைந்தது. போராட்டக்காரர்கள் ஆரவாரத்துடன் அதிகாரிகளைச் சூழ்ந்தனர். அதற்குள் தடியடி தொடங்கியது. ஆட்கள் அங்குமிங்கும் ஓடினர். நான் பார்க்கும்போது ஒரு போலீஸ்காரன் சங்கீதாவைத் தரையில் போட்டு மிதித்துக்கொண்டிருந்தான். பையையும் குடையையும் தூக்கி எறிந்துவிட்டு நான் ஓடிச்சென்று அவர்களுக்கு இடையில் விழுந்தேன். கொஞ்சம் மிதியும் அடியும் எனக்கும் கிடைத்தது. இருந்தாலும் சங்கீதாவைப் பாதுகாக்க முடிந்தது. கூட்டம் சிதறிப்போனதும் அவளையும் என்னையும் வேறு சிலரையும் போலீஸ் ஜீப்பில் தூக்கிப்போட்டு காவல்நிலையத்துக்குக் கொண்டு சென்று கைது செய்ததைப் பதிவு செய்துகொண்டு வெளியே விட்டனர்.

காவல் நிலையத்திலிருந்து திரும்பி வரும்போது மழை முழுவதுமாக விட்டிருந்தது. இருந்தாலும் மரங்களிலிருந்து நீர்த்துளிகள் சொட்டிக்கொண்டிருந்தன. கர்ப்பிணி என்பதை மறந்து சாகசத்துக்குத் தயாரானதில் நான் சங்கீதாவைத் திட்டினேன். அவள் லேசான புன்னகையோடு கேட்டுக்கொண்டு என்னுடன் வந்தாள். எல்லாவற்றையும் சொல்லி முடித்தபோது அவள் என்னைத் திரும்பிப் பார்த்தாள். "எனக்குப் பயம் ஒண்ணுமில்லை அக்கா." அவள் சொன்னாள். "தாத்தாவுடையதும் சுனந்தா சித்தியுடையதும் ரத்தமல்லவா நானும்?" நான் சிலிர்த்துப்போனேன். எனது ரத்தம் சில்லிட்டு உறைந்துபோனது. என் அப்பாவின் ரத்தம். ஒரு நிமிடம் தோற்றுப்போனது போன்று எனக்குத் தோன்றியது. எனது கோபம் விழித்துக்கொண்டது. சுனந்தா மீண்டும் மீண்டும் என்னை வெல்கிறாள்.

போராட்டக்காரர்கள் தொடர் உண்ணாவிரதப் போராட்டத்தை அறிவித்திருந்தனர். வயலுக்குப் பக்கத்தில் பந்தல் கட்டி அவர்கள் போராட்டத்தை மீண்டும் தொடங்கினார்கள். இரவு, சங்கீதா என்னை அவளுடைய சிறிய வீட்டுக்கு அழைத்துச்சென்றாள். மண் சட்டியில் வைத்த கஞ்சியும் வேகவைத்த சூடான மரவள்ளிக்கிழங்கும் எனக்குப் பரிமாறினாள். அவர்களுடைய வயலில் விளைந்த அரிசி. இப்போது பிறந்த குழந்தைகளின் விரல் நுனிகள் போன்று சிவந்த அரிசிமணிகள். யூதாஸைப் பற்றி அவளிடம் கேட்பதற்கு நான் வெம்பினேன். ஆனால், அதற்கு வாய்ப்புக் கிடைக்கவில்லை. அவள் போராட்டத்தைப் பற்றியே பேசினாள். "ஏழைங்க வாழக்கூடாது. அதுதான் இந்தப் பணக்காரங்களோட விருப்பம். ஏழைங்க இல்லாட்டி இந்த உலகத்துல பணக்காரங்க மட்டும் எப்படி வாழ்வாங்க?" அவள் கேட்டாள். "எனக்குத் தெரியல அக்கா. இந்த மனுசங்களோட ஆசையையும் பேராசையையும் பார்க்கும்போது எனக்குப் பயம் வருது. என்ன உலகமிது? இந்த உலகத்துலதானே என்னோட குழந்தையும் பிறக்கப்போகுது."

அன்றிரவு என்னைத் தூங்கவைத்துவிட்டு அவள் போராட்டப் பந்தலுக்குத் திரும்பிச் சென்றாள். என்னால் உறங்க முடியவில்லை. அந்தச் சிறிய வீட்டில் இருந்த புழுங்கிய வாடையுள்ள படுக்கையில் நான் தூக்கம் வராமல் படுத்துக்கிடந்தேன். நாளைக்கு எப்போதாவது யூதாஸைத் தேடிக் கண்டுபிடிக்க வேண்டும் என்று நான் முடிவு செய்தேன். இந்தமுறை நான் அவனைப் போகவிடமாட்டேன். காலையில் சங்கீதாவின் கணவன் கதவைத் தட்டி அழைத்தபோதுதான் நான் எழுந்தேன். சங்கீதா எங்கே என்று அவன் கேட்டான். நான் பதறிப்போனேன். அவள் இரவே திரும்பிப் போய்விட்டாள் என்று சொன்னபோது அந்த இளைஞனும் பதறிப்போனான். சங்கீதா போராட்டப் பந்தலுக்குப் போய்ச்சேரவில்லை. அது ஒரு மோசமான காலைப் பொழுதாக இருந்தது. அவளைத் தேடி நாங்கள் பல வழிகளிலும் ஓடினோம். பரந்து விரிந்த விளைநிலம் ஆளரவமின்றி அமைதியாக இருந்தது. சங்கீதா என்ற அழைப்பொலிகள் பயங்கரமாக எதிரொலித்தது. கடைசியில் நான்கு வயல்களுக்கு அந்தப்பக்கம் செங்கல் சூளைக்காரர்கள் மண் எடுத்து உண்டாக்கிய படுகுழியில் ஒரு பிளாஸ்டிக் செருப்பு மிதந்துகொண்டிருப்பதை யாரோ கண்டுபிடித்தார்கள். அது மோசமான ஒரு படுகுழியாக

இருந்தது. முப்பது நாற்பது அடி ஆழம் இருக்கும் என்றார்கள். கன்றுகாலிகள்கூட மூழ்கிச் சாகும் படுகுழி. எனது உடல் சில்லிட்டு நடுங்கியது. நடுக்கவாதம் பிடிக்கிறதோ என்று நான் சந்தேகப்பட்டேன். உடல் எனது கட்டுப்பாட்டில் இல்லை. சுனந்தாவின் வழியிலேயே சங்கீதாவும் போகிறாள் என்ற சாத்தியதை என்னை உலுக்கியது. வரலாறு திரும்பவும் வரும்போது, நான் ஓடித்தப்பிப்பதற்கு வெம்பினேன்.

சங்கீதாவின் கணவன் வயல்வரப்பில் நின்று அலறியழுதான். அவன் குழியில் குதிக்கப் போனான். யாரெல்லாமோ அவனைப் பிடித்தார்கள். குழியில் இறங்கித் தேடுவதற்கு யாரும் தயாராக இல்லை. நான் சிறிது நேரம் என்ன செய்வதென்று தெரியாது நின்றேன். பின்னர் சேலை முந்தானையை எடுத்து இடுப்பில் செருகிக்கொண்டு முடியை வாரி முடிந்துகொண்டு நான் வயல் வரப்பில் இருந்து குழியை நோக்கிப் பாதங்களை எடுத்து வைத்தேன். முன்பு வெகுகாலத்திற்கு முன்பு, யூதாஸின் வீட்டிலிருந்து ஓடிப்பாய்ந்து ஏரியில் தன்னையே தூக்கி எறிந்த பதினைந்து வயதுக்காரியை நான் அப்போது நினைக்காமல் இல்லை. அதுபோன்று இருக்கவில்லை இது. ஏரியைப் போல இல்லை படுகுழி. நான் குழிக்குள் மூழ்கிச் சென்றேன். சிவப்பில் வெள்ளைப் புள்ளிகள் இட்ட எனது பருத்திப் புடவை நீர்ப்பரப்பில் குடைபோல் விரிந்தது. யாரெல்லாமோ என்னைத் திரும்பிவரச்சொல்லிக் கூப்பிட்டார்கள். நான் கண்டுகொள்ளவில்லை. நீண்ட காலத்திற்குப் பிறகு ஒரு நீர்நிலையில் இறங்கினேன் நான். தண்ணீர் எனது நடுங்கும் உடலை வெதுவெதுப்போடு ஏற்று வாங்கியது. நீருக்கு நான் என்னைச் சமர்ப்பித்தேன். தண்ணீரில் சேற்றுவாடை அடித்தது. புல் மண்டிய பரப்புக்குக் கீழே அலையடிக்கின்ற தண்ணீர் ஒரு பெரிய கிணறு போலவோ முடிவற்ற சுரங்கம் போலவோ என்னைக் கைகாட்டி அழைத்தது. வயிற்றிலிருக்கும் புண்களில் இருந்து ரத்தம் எட்டிக்குதிப்பது போன்று எனக்குத் தோன்றியது. உடலுக்குள் இருக்கும் எல்லா உறுப்புகளும் அவற்றின் கட்டுப்பாடுகளை உடைத்தெறிந்தன. புதிதாகத் தோண்டிய கிணற்றிலிருந்து நீரூற்று குதிப்பது போன்று ரத்தம் குதித்துப் பாய்ந்துகொண்டிருந்தது. எனது வாயில் ரத்தத்தின் பிசுபிசுப்புள்ள துவர்ப்பு நிறைந்தது.

தண்ணீருக்குள் நான் ஆழ்ந்துகொண்டிருந்தேன். நான் பிடிவாதத்தோடு யூதாஸை நினைத்தேன். நான் அவனை நேசிப்பேன். இனியும் நேசிப்பேன். இதோ இப்போது காற்று

நிறைந்து சுவாசப்பைகளும் இதயமும் வெடித்துத் தெறித்து நான் சிதறிப்போவதற்கு வாய்ப்புள்ள இந்த நிமிடத்தில்கூட நான் அவனைத் தீவிரமாக விரும்புவேன். என்னவொரு கதகதப்பு அவனுடைய நெஞ்சில்! அதே கதகதப்பைக் குழியில் இருக்கும் நீரிலும் நான் அனுபவித்தேன். கக்கயத்தில் ஓடும் ஆற்றில் கடும்பச்சை நிறமுள்ள தண்ணீருக்குள் சுனந்தா ஆழ்ந்து போனதைத் திரும்பவும் ஒருமுறை நினைத்துப் பார்த்தேன். அதுபோலவே நான் ஆழ்ந்துகொண்டிருக்கிறேன். ஒவ்வொரு நிமிடமும் நீரின் அழுத்தம் கூடியது. நான் பிடிவாதத்தோடு கீழ்நோக்கிச் சென்றேன். ஆழத்திற்கு, இன்னும் ஆழத்திற்கு. நான் எனக்குக் கட்டளையிட்டேன். இது எனது பள்ளத்தாக்கு. முப்பதடி ஆழமுள்ள ஒரு பள்ளத்தாக்கு. சுவாசப்பைகள் வீங்கி வெடிக்கத் தொடங்குகின்ற வேதனை ஆரம்பித்தது. கை கால்கள் குழைந்துகொண்டிருந்தன. நான் யூதாஸை நினைத்தேன். சுனந்தாவை நினைத்தேன். கக்கயத்தில் செத்துப்போன, நான் கேள்விப்படாத, பார்த்தறியாத இளைஞர்களை நினைத்தேன். அவர்களை அடித்து அடித்துக் கொன்ற அரசாங்கத்தின் பணி ஆயுதங்களை நினைத்தேன்.

இது என்னுடைய புரட்சி, நான் நினைத்தேன். யாருக்கு எதிராக என்று எனக்குத் தெரியவில்லை. ஒருவேளை, வெளுத்துச் சிவந்த முகங்கள் உள்ள, வாழ்க்கையில் ஒருபோதும் வெயிலில் காயாத மாவட்ட ஆட்சியர்களுக்கும் எஸ்.பி.க்களுக்கும் எதிராக. ஒருவேளை, பேராசை பெருத்து வயலில் இருக்கும் மண்ணைத் தோண்டித் தோண்டி அதைத் தீயில் வைத்துச் சுட்டுக் கொன்று தங்களுடைய சட்டைப்பையைப் பெருக்கச் செய்யத் துடிக்கின்ற முதலாளிகளுக்கு எதிராக. ஒருவேளை, வரலாற்றுக்கு எதிராக. ஒருவேளை, எனக்கே எதிராக. கருப்புக் காகிதம் ஒட்டி வைத்த ஜன்னல் கண்ணாடிகள் உள்ள ஒரு அறைபோன்று இருண்டு கிடந்தது குழி. கீழ்நோக்கிப் போகப் போக இருட்டு கூடிவந்தது. காதுகளில் மோசமான ஒரு இரைச்சல் ஒலித்தது. ஐபி அலுவலகத்தில் மின்விசிறி சுற்றுகிறதென்று எனது மனதிலிருந்து யாரோ ஒருவர் முணுமுணுத்தார். யாருடையதெல்லாமோ அழுகை எனது காதுகளைப் பற்றி இழுத்தன. கடந்த காலத்தின் அடுக்குகளுக்கு அப்பால் காணிப்பாறை மலையின் அடிவாரத்தில் இருந்து, குதித்தோடும் நீரின் இரைச்சலுக்கு அப்பாலிருந்து ஓராயிரம்பேர் ஓலமிட்டுக்கொண்டிருந்தனர். ஓராயிரம்பேர் கர்ஜித்துக்

கொண்டிருந்தனர். வேறுபடுத்தி அறியமுடியாத சப்தங்களுக்கு இடையில் நான் மீண்டும் ஆழத்திற்குச் சென்றேன்.

இறுதியில்... இறுதியில் – நீண்ட முனையை முடிந்துவைத்த தலைமுடி எனது கைக்குத் தட்டுப்பட்டது. நான் சர்வசக்தியையும் திரட்டிப் பலமாக இழுத்தேன். அவள் உயர்ந்து வந்தாள். தண்ணீரின் வெளிச்சத்தில் அவளது முகம் மெதுவாகத் தெரியத் தொடங்கியது. தலைக்குப் பின்னால் கைகளைக் கட்டி வைத்துக்கொண்டு அவள் என்னைப் பார்த்துப் புன்னகைப்பதாக எனக்குத் தோன்றியது. நான் அலறிக் கத்தத் தொடங்கினேன். பின்னர் எனது கை கால்கள் ஓய்ந்தன. எனது சுவாசப்பையும் இதயமும் இரைப்பையும் தண்ணீரில் கரைந்தன. எனது கண்கள் அடைந்தன. அவளுடைய விறைத்து மரக்கட்டைபோன்று ஆகிவிட்ட உடலை இறுகப்பிடித்து சங்கீதா என்று கர்ஜிக்க முயன்றேன். ஓ லிபர்ட்டீ என்ற திரும்ப அழைத்தலைத்தான் நான் கேட்டேன். ஓ லிபர்ட்டீ வாட் கிரைம்ஸ் ஆர் கம்மிட்டடு இன் தை நேம்.

ஓ, லிபர்ட்டீ...

எனது கண்கள் மீண்டும் சுனந்தாவின் முகத்தைப் பார்த்தன. யூதாஸைப் பார்த்தன. எனக்கு வன்மமும் கோபமும் விரக்தியும் உண்டானது. சுனந்தா மீண்டும் திரும்பி வருகிறாள். யூதாஸை அவள் கவர்ந்துகொள்கிறாள். அவன் ஒருபோதும் என்னை நேசிக்க மாட்டான். எனது சக்தி சிதைவது போலத் தோன்றியது. அந்தச் சமயத்தில் சங்கீதாவோடு சேறந்து குழியில் செத்துப்போவதுதான் நல்லதென்று எனக்குத் தோன்றியது. அப்போதுதான் யூதாஸ் என்னை நேசிப்பான். யூதாஸ் ஒரு கனவு வாழ்க்கை வாழ்பவன். அவனால் தியாகிகளை மட்டுமே காதலிக்க முடியும். செத்துப்போனவர்கள். ஒரு லட்சியமும் இல்லாத எனது அப்பாவைப் போன்ற மனிதத்தன்மையற்ற அதிகாரிகளுடைய கொடுங்கைகளால் நெஞ்சுக்கூடு தகர்ந்துபோனவர்கள்.

நினைவு வந்தபோது நனைந்த துணிபோன்று நான் வயல் வரப்பில் கிடந்தேன். சற்றுத் தள்ளி சங்கீதாவின் உயிரற்ற உடலை யாரெல்லாமோ சேர்ந்து நிமிர்த்தி நேராக்க முயற்சி செய்வதைப் பார்த்தேன். சங்கீதாவின் கணவனின் 'என் மகளே' என்ற அலறல் வயலில் எதிரொலித்தது. சங்கீதாவும் செத்துப்போனாள். நான் நினைத்தேன், நான் மட்டும் உயிரோடு இருக்கிறேன். நான்

சற்று நடுங்கினேன். ரத்தமும் குழைந்து புரண்ட சேறும் எனது வாய்வழியாக வெளியே வந்தது.

சங்கீதாவையும் என்னையும் அவர்கள் மருத்துவமனைக்குக் கொண்டு சென்றனர். முதலுதவிச் சிகிச்சை முடிந்து என்னைத் திருப்பி அனுப்புவதற்குள் சுனந்தாவின் அக்கா ஆஸ்துமாவின் இழுப்பும் மூச்சிரைப்புமாகப் பெரிய குன்று ஏறி வயல் இறங்கி வந்துவிட்டார். என்னைப் பார்த்ததும் 'நான் பயப்பட்டது போலவே நடந்துவிட்டதே பிரேமா, அவள் அவளுடைய சித்தியின் வழியிலேயே போய்விட்டாளே' என்று உடைந்து அழுதார். அவரைச் சேர்த்தணைத்துக்கொண்டு நான் மௌனமாக உட்கார்ந்திருந்தேன். இடையிடையே அவர் எனக்கு நன்றி சொன்னார். மற்ற நேரமெல்லாம் மகளின் நற்குணங்களை வருணித்து ஏங்கி அழுதார். சங்கீதாவின் சவம் நீலம்பாய்ந்திருந்தது. அவள் தண்ணீரில் விழுந்து இறந்துபோகவில்லை என்பது உடற்கூறாய்வு அறிக்கையில் தெளிவானது. செத்தபிறகுதான் தண்ணீரில் போட்டிருக்கிறார்கள். இறப்பதற்கு முன்பு அவள் குரூரமாகத் தாக்கப்பட்டிருந்தாள். மார்பிலும் தொடைகளிலும் காயங்கள் இருந்தன. இடது தோளிலும் தலையிலும் தாக்கப்பட்ட அடையாளங்கள் இருந்தன. செங்கல் சூளை முதலாளிகளாக இருக்கலாமென்று யாரெல்லாமோ முணுமுணுத்தார்கள். இல்லாவிட்டால் போலீசாக இருக்கலாம். அதுவும் இல்லாவிட்டால் அழுக்கை ஒருபோதும் தொட்டதே இல்லாதது போன்று வெளுத்துச் சிவந்த முகமுள்ள மாவட்ட ஆட்சியரின் வேலையுமாகலாம்.

உடற்கூறாய்வு முடிந்து சங்கீதாவைக் கொண்டுவந்தபோது அக்கா அலறியது 'என் சுனந்தா' என்றுதான். அவருக்கு அப்போதே நினைவு தப்பிப்போய்விட்டதுபோலத் தோன்றியது. சுனந்தாவைச் சொல்லித்தான் பின்னர் அவர் அழுதார். நெருக்கடிநிலையை அறிவித்த இந்திராகாந்தியை அவர் சபிக்கவும் சவால்விடவும் செய்தார். காவல்துறை அதிகாரி ஜெயராம் படிக்கல்லைக் கொன்றுவிடுவேன் என்று மிரட்டல் விடுத்தார். அவர் தரையில் தலையை மோதிக்கொண்டார். இடையிடையே மயங்கிப்போனார். பின்னர் மீண்டும் எழுந்து கத்தினார். நான் குழியில் மூழ்கியதால் உண்டான தளர்ச்சி தீராமல் சிலைபோல உட்கார்ந்திருந்தேன். எனக்கு அசையவோ எதுவும் பேசவோ சக்தி இருக்கவில்லை. என்ன ஒரு சாவு சங்கீதாவுடையது என்று நினைத்தபோதெல்லாம் உடல் நடுநடுங்கியது. வாயில் ரத்தத்தின் துவர்ப்பு நிறைந்தது.

பிணத்தைப் பார்ப்பதற்கு ஆட்கள் வந்துகொண்டிருந்தனர். சங்கீதாவின் சிறிய ஒற்றை அறைக்குள் ஒவ்வொரு ஜோடி பாதங்களும் உள்ளே வரும்போது அது யூதாஸா என்று நான் உத்வேகத்துடன் தலை உயர்த்தினேன். சங்கீதாவின் மரணம் என்னை வேறொருத்தியாக்கிவிட்டது. யூதாஸின் முன்னால் இனி ஒருபோதும் என் தலை குனியாது. நான் அவனுடைய கடனைத் தீர்த்துவிட்டேன். பள்ளத்தாக்கிற்கு அவன் கொடுத்ததை நான் திரும்ப எடுத்தேன். ஒரு புரட்சி நடத்தவும் ரகசியத்தைப் பாதுகாக்கவும் திறமை இருக்கிறது என்று நானும் தெளிவுபடுத்திவிட்டேன். அப்படியிருந்தும் நான் உயிரோடு இருக்கிறேன். இந்த உலகத்தில், நம்மைப் போன்றிருக்கும் ஏழைகள் உயிரோடு இருப்பதல்லவா மிகப்பெரிய புரட்சி.

ஒன்பது

காட்டிக்கொடுப்பவனால் ஒரு இடத்திலும் நிலைத்து நிற்க முடியாது. அவன் எப்போதும் தப்பியோடிக் கொண்டே இருப்பான். காட்டிக்கொடுப்பவனின் காதலிக்கும் சொந்தமாக ஒரு இடம் இருக்காது. சங்கீதா இறந்ததன் நான்காவது நாள் எதிர்பாராத ஒரு சம்பவம் எனது வாழ்க்கையையும் புரட்டிப்போட்டது. சுனந்தாவின் அக்காவுக்குச் சுடுகஞ்சி முகந்து கொடுத்துக்கொண்டிருந்தேன். இரவில் அந்தச் சிறிய வீட்டில் ஒரு சிம்னி விளக்கின் வெளிச்சம் மட்டுமே இருந்தது. தளர்ந்து கிடந்த அவருடைய உதடுகளிலிருந்து வெளியே ஒழுகிய கஞ்சியைப் புடவைத் தலைப்பால் துடைக்கும்போதுதான் போராட்டக்காரர்களின் கூட்டத்தைச் சேர்ந்த ஒரு பையன் குன்றேறி வயல் இறங்கி மூச்சிரைக்க ஓடிவந்தான்.

“பிரேமா அக்கா, வெளிய வாங்க, நாம தப்பிக்கணும்.”

எனக்கு ஒன்றும் புரியவில்லை. எங்கே என்று நான் பரபரத்தபோது அவன் என் கையைப் பிடித்து இழுத்தான்.

“மாவோயிஸ்ட்டுகள அரஸ்ட் பண்ணிருக்காங்க. பிரேமா அக்காவ மாவோயிஸ்ட்னு சொல்லி அரஸ்ட் பண்றதுக்கு வாய்ப்பிருக்குது... பிடி கொடுத்துட்டா அப்புறம் தப்பிக்க முடியாது... வாழ்க்கையே முடிஞ்சுபோகும்.”

நான் அதிர்ந்துபோய் நின்றேன். எனது ரோமங்கள் எழுந்தன. நான் கைது செய்யப்படப்போகிறேன். புரட்சிக்குத் திட்டமிட்டதற்காக நானும் கைது செய்யப்படப்போகிறேன். எனது நரம்புகள் அதிர்ந்தன. ரத்தம் கொதித்தது. எனக்கு வாழ்க்கையில் முதன்முதலாக வாய்விட்டுச் சிரிக்கத் தோன்றியது. எனக்கான நாள் வந்துவிட்டது. ‘புரட்சி வெல்லுமடா நாய்களே’ என்று கத்திச் சொல்வதற்கு எனக்கான நாளும் வந்துவிட்டது.

“அக்கா, கிளம்புங்க? சீக்கிரம்... நேரமில்லை... விடியறதுக்கு முன்னாடி ஒரு ஷெல்டருக்குப் போகணும்... எங்காச்சும் பிடிச்சுட்டாங்கன்னா...”

அவனே எனது சிறிய தோல் பையைத் தேடியெடுத்து அதில் துணிகளைத் திணித்து நிறைத்தான். கஞ்சிப்பாத்திரத்தை வாங்கிக் கீழே எறிந்துவிட்டுக் கை கழுவக்கூடச் சம்மதிக்காமல் அவன் என்னையும் பிடித்துக்கொண்டு வயல் வழியாக ஓடினான். நல்ல குளிர் உள்ள நாளாக இருந்தது அது. வழுக்கல் உள்ள வயல் வழியாக இருட்டில் ஓடும்போது எனக்குப் பலமுறை கால் வழுக்கியது. ஆனால், நான் சிரித்துக்கொண்டிருந்தேன். எனக்குப் பின்னால் போலீஸ்காரர்கள் இருக்கிறார்கள் என்று அவன் திரும்பவும் நினைவுபடுத்தினான். மூச்சுமுட்டலுடன் ஓடும்போது இடையிடையே என் வாய் வழியாக அல்சரின் ரத்தம் எட்டிக் குதித்தது. நான் மகிழ்வோடுதான் ஓடினேன். யூதாஸின் குடிசையில் இருந்து ஏரிப்பரப்பில் குதித்த பழைய பதினைந்து வயதுக்காரியின் பிடிவாதமும் உற்சாகமும் எனக்கு மீண்டும் அனுபவப்பட்டது. “புரட்சி வெல்லட்டும்” ஓடும்போது மூச்சிரைப்போடு நான் கத்திச் சொன்னேன். “நக்சல்பாரி ஜிந்தாபாத். நெருக்கடி நிலை அரபிக்கடலில். தியாகிகள் ஜிந்தாபாத்...”

வயல்வெளியைக் கடந்து ஓர் இடைச்சந்தையும் பாலத்தையும் கடந்து ஏதோ இடத்தை அடைவது வரைக்கும் அவன் ஓடிக்கொண்டே இருந்தான். அங்கிருந்து அவன் என்னை ஒரு வாடகைக் காரில் ஏற்றிவிட்டான். முதன்மைச் சாலையை விட்டுவிட்டு இடைச்சந்துகள் வழியாகக் கார் ஓடியது. பின்புறக் கண்ணாடியைத் திறந்து வைத்து நான் குளிர்ந்த காற்றுடனும் ரசிக்கத்தக்க இருட்டுடனும் சிரித்துக்கொண்டு பின் இருக்கையில் உட்கார்ந்திருந்தேன். இடையில் எப்போதோ நான் சிறிதே கண் அயர்ந்துவிட்டேன். பின்னர் கண் திறக்கும்போது கார் குமரகத்தை அடைந்திருந்தது.

“இதெதுக்கு இங்கே?”

நான் பதற்றத்துடன் கேட்டேன்.

“இடம் இங்கதான்.”

முதியவரான கார் ஓட்டுனர் சொன்னார்.

அடைக்கப்பட்ட கடைகளுக்கு முன்னால் சாலையில் காரை ஓரங்கட்டி நிறுத்திவிட்டு இறங்கி இடத்தை ஆராய்ந்தார். எல்லாம் பாதுகாப்பாக இருக்கிறது என்பதை உறுதிப்படுத்திக்கொண்டு ஓட்டுனர் என்னிடம் தன்னுடன் வருமாறு உத்தரவிட்டார். நாங்கள் ஏரிக்கரை வழியாக வேகமாக நடந்தோம். ஓட்டுனரின் சிறிய பென்டார்ச் வெளிச்சத்தில் இடையிடையே பச்சைத் தவளைகள் சாலையின் குறுக்கே குதித்தன. தலைக்குமேல் எங்கேயோ ஆந்தை அலறியது. நடக்கும்போது ஏரியிலிருந்து வரும் கதகதப்பான காற்று கூடவே வந்தது. எனக்கு மகிழ்ச்சியும் ஆறுதலும் அனுபவப்பட்டது. இறுதியில் இருட்டில் ஏரிப்பரப்பை நோக்கி நீண்டு நின்ற ஒரு விளக்கின் வெளிச்சத்தை நாங்கள் பார்த்தோம். ஓட்டுனர் என்னை அங்குதான் கூட்டிச் சென்றார். தார்பாலின் கட்டி மறைத்த ஒரு உடைந்த படகாக இருந்தது அது. அதன் முனையில் அமர்ந்து ஒரு ஆள் மீன் பிடித்துக்கொண்டிருக்கிறான் என்று நான் தொலைவில் இருந்தே புரிந்துகொண்டேன். படகில் ஏறப்போகும்போது நான் ஆளை அடையாளம் கண்டுகொண்டேன். என் கால்கள் அசைவற்றுப் போயின. யூதாஸ்!

'ஏறி வா' என்று ஓட்டுனர் கூப்பிட்டும் நான் அதே நிலையில் நின்றேன். அப்போது யூதாஸ் திரும்பி விளக்கை உயர்த்திப் பிடித்தான். எங்களிருவரையும் பார்த்தான். விளக்கு வெளிச்சம் எனது முகத்தில் விழுந்த கணத்தைச் சாகும் வரைக்கும் நான் மறக்கமாட்டேன். சூடான மஞ்சள் வெளிச்சம் முகத்தில் பட்டபோது எனது ரோமங்கள் எழுந்து நின்றன. என்னைப் பார்த்ததும் அவன் நெற்றியைச் சுளித்துத் திரும்பவும் பார்த்தான். 'ஓ, பிரேமா!' என்று ஆச்சரியப்பட்டு அவன், என் அருகில் வந்தான். என்ன ஏது என்றெல்லாம் கேட்டபோது வழக்கம்போல் எனக்கு வார்த்தைகள் வரவில்லை. அவன் என்னை மெதுவாகக் கையைப் பிடித்துப் படகில் ஏற்றினான். பின்னர் உள்ளே கூஜாவில் மூடி வைத்திருந்த தண்ணீர் கொடுத்தான். நான் மடக் மடக்கென்று குடித்தேன். அவன் நல்லவிதமாக எடை கூடியிருந்தான். கண்களுக்குக் கீழே சதைப் பைகள் சிவந்து தொங்கிக்கொண்டிருந்தன. நெடுநாட்கள் தண்ணீரில் கிடந்த ஒரு சவம் போன்று அந்த நேரத்தில் அவனுடைய உடல் அந்த மஞ்சள் வெளிச்சத்தில் தெரிந்தது. காலம் கடந்துபோவதைப்பற்றித் திடுமென்று எனது நெஞ்சு அடைத்தது. கண்கள் நனையாமல் இருப்பதற்காக நான் பிரசாயப்பட்டேன். என்னைப் பார்த்ததில்

நான் எதிர்பார்த்ததைக் காட்டிலும் மகிழ்ச்சியை அவன் வெளிப்படுத்தினான்.

“நான் பிரேமாவப் பத்தி நினைச்சுக்கிட்டு இருந்தேன்.”

ஓட்டுனரை அனுப்பிவைத்துவிட்டுக் கரையில் ஒரு இடிந்த வீட்டின் முன்புறம் சரித்துக் கட்டியிருந்த ஒற்றை அறையை நோக்கி நடக்கும்போது அவன் சொன்னான்.

“சந்தோஷம்…”

“என்மேல கோபமா இருப்பே இல்லையா?”

“எதுக்கு?”

“என்கிட்டக் கோவிச்சுக்காத பிரேமா… என்னைச் சபிக்கவும் செய்யாதே…”

அவன் சாதாரண நிலையில்தான் அதைச் சொன்னான். எனக்குச் சட்டென்று அழுகை வந்துவிட்டது. அவன் எப்போதும் தங்கியிருந்த அறைகளைப் போலத்தான் இருந்தது அது. சிவந்த சேறு புரண்ட துணிகள் கொடியில் தொங்கிக்கொண்டிருந்தன. சுற்றிலும் ஈர வாடை நிறைந்திருந்தது.

“பிரேமா ரொம்பவே மாறிட்டே…”

தரையில ஒரு புல் பாயை விரித்துக்கொடுத்துக்கொண்டு அவன் சொன்னான். “வயசாகுதில்லையா?”

“என்னோட மனசுல இப்பவும் பழைய பதினஞ்சு வயசுள்ள பொண்ணுதான் நீ. எவ்வளவு பிடிவாதக்காரியா இருந்தே நீ?”

“என்னோட மனசுல நீங்களும் பழைய முதலை யூதாஸ்தான்…”

நான் சோர்வோடு அவனைப் பார்த்தேன்.

“இப்பவும் நீங்க சவங்கள நீந்தி எடுக்கறீங்களா?”

யூதாஸின் முகம் மங்கியது. அவன் அதற்குப் பதில் சொல்லவில்ல.

“அப்பவும் இப்பவும் உங்களுக்கு அதைப்பத்திப் பேசறதுக்கு விருப்பமில்ல, இல்லையா?”

நான் குரூரமான ஒரு மனநிறைவோடு கேட்டேன்.

"அப்படி ஒண்ணுமில்லை."

அவன் எழுந்து சுவரில் மாட்டித் தொங்கவிட்டிருந்த ஒரு பிளாஸ்டிக் பைக்குள் இருந்து ஒரு பீடி எடுத்துப் பற்றவைத்தான். அறையில் கஞ்சாவின் கடுமையான நெடியும் படர்ந்தது.

"அதைப்பத்திச் சொல்லறதுக்கு என்ன இருக்கு?"

"ஒண்ணுமில்லையா?"

நான் வன்மத்தோடு கேட்டேன்.

"அதைப்பத்தித்தானே உங்களுக்கு எதாச்சும் சொல்றதுக்கு இருக்கும்?"

யூதாஸ் என்னைச் சோர்ந்த முகத்தோடு பார்த்தான்.

"பிரேமா என்மேல கோபமா இருக்கேதானே?"

"நான் உங்களக் காதலிக்கிறேன்..."

அவனுடைய முகத்தில் பதைபதைப்பு நிறைந்தது.

"எவ்வளவு யோசிச்சும் எனக்கு அது புரிய மாட்டேங்குது, நீ எதுக்காக என்னைக் காதலிக்கிறே?"

"நீங்க எதுக்காக சவங்கள மூழ்கி எடுக்கறீங்க?"

யூதாஸுக்கு மறுபடியும் பதில் இல்லாமல் போனது.

"இப்பவும் நீங்க சவங்கள மூழ்கி எடுக்கும்போது புரட்சி வெல்லுமடா நாய்களான்னு சொல்லறதுண்டா?"

அவன் கூச்சத்துடன் சிரித்தான்.

"சிலசமயம் - அது ஒரு பழக்கம்."

"நக்சல்பாரி வெல்லட்டும்னு சொல்லறதுண்டா?"

"அதுவும் பழக்கந்தான்."

"அதேமாதிரி உங்களைக் காதலிக்கற எனக்கும் பழக்கந்தான்."

நான் நிறைந்த கண்களைப் புடவைத் தலைப்பால் துடைத்தேன். எனக்கு மோசமான களைப்பு உண்டானது. எனக்கு முப்பத்தைந்து வயதாகிவிட்டது. நான் நினைத்துப் பார்த்தேன். நெருக்கடிநிலை

முடிந்து முப்பது ஆண்டுகள். கக்கயம் முகாம் முடிந்து முப்பது வருடம். என்னால் முடியவில்லை, நான் தளர்ந்து போகிறேன். யூதாஸ் முதியவனாகிறான்.

“வயசாயிருச்சு...”

தம் கட்டி இழுத்துக்கொண்டிருந்த பீடியை வெளியே எறிந்துவிட்டுத் திடீரென்று யூதாஸ் சொன்னான்.

“எல்லாத்தையும் நிறுத்திடலாம்னு ஆயிருச்சு...”

நான் அவனைப் பார்த்தவாறு படுத்துக் கிடந்து உறங்கிப்போனேன். விழித்தபோது எனக்கு வயிறு எரிந்துகொண்டிருந்தது. அல்சரின் வலி மீண்டும் தொடங்கியது. பகல் கடந்துபோனது. எங்கிருந்தோ தனித்திருக்கும் தவளைகளின் அழுகை எழுந்தது. அவன் சற்றே பலவீனமுற்றான். வருவது பிரேமாதான் என்று நினைக்கவில்லை என்று அவன் ஓரிருமுறை திரும்பத் திரும்பச் சொன்னான்.

“வாரது நான்தான்னு தெரிஞ்சப்ப சந்தோசம் தோணுச்சா சங்கடம் தோணுச்சா?”

எனக்குச் சட்டென்று கோபம் வந்துவிட்டது.

“பிரேமா நான் வாதத்துக்குத் தயாரில்லை...”

“எனக்கு வாதிடணும்... இனி என்ன சொல்லிட்டு நீங்க என்னை விட்டுட்டு ஓடிப்போவீங்க? நான் உங்க கடனை அடைச்சுட்டேன்... நீங்க சுனந்தாவ பள்ளத்தாக்குல எறிஞ்சீங்க. நான் சுனந்தாவோட அக்கா மகள பள்ளத்தாக்குல இருந்து திருப்பி எடுத்துட்டேன்...”

ஆத்திரத்தால் எனது வாயில் திரும்பவும் ரத்தம் நிறைந்தது.

“எனக்கு முடியல யூதாஸ், இனி தீர்க்கறதுக்கு ஒரு கடனும் பாக்கியில்லை...”

யூதாஸ் குரலற்று அசையாமல் உட்கார்ந்திருந்தான்.

“சரிதான்”

சிறிது நேரம் கழித்து அவன் முணுமுணுத்தான்.

“இனி ஒரு கடனும் பாக்கியில்லை.”

என் கண்கள் நிறைந்தன.

"எனக்குப் போறதுக்கு ஒரு இடமும் இல்லை... இல்லாட்டியும் நான் இனி உங்களை விட்டுப் போகமாட்டேன். எனக்கு முப்பத்தஞ்சு வயசாச்சு... பதினஞ்சு வயசுல இருந்து உங்க பின்னாடி ஓடறேன்... போதும்னு ஆயிருச்சு... நான் இனி ரொம்ப நாள் உயிரோட இருக்கமாட்டேன்."

எனது குரல் தழுதழுத்தது. அவன் என்னை உற்றுப்பார்த்தவாறு உட்கார்ந்திருந்தான்.

"பிரேமா... அது... இல்ல... அது சரிப்பட்டு வராது..."

"என்னோட அழகு அழிஞ்சுபோச்சு... இளமை போயிருச்சு... உங்களுக்கு என்னோட முகத்தைப் பார்க்கறதுக்கு விருப்பம் இல்லை. அதனாலதான் நீங்க என்னைத் தவிர்க்கறீங்க. நீங்க என்னை ஒருபோதும் காதலிக்கவேயில்ல!"

நான் யாரிடம் என்றில்லாமல் அவமானத்தோடு சொன்னேன். யூதாஸின் கண்கள் நிறைந்தன. அவன் எழுந்து வந்து எனக்கு அருகில் பெஞ்சின்மேல் உட்கார்ந்தான்.

"நீ நல்ல பொண்ணு. எனக்கு வயசாயிருச்சில்லையா? ஐம்பது வயசு. இதனால உன்னோட வாழ்க்கையும் என்னோட வாழ்க்கையும் அழிஞ்சு போயிடும்..."

"நான் சகிச்சுக்குவேன்."

"உனக்கென்ன பைத்தியமா?"

நான் சட்டென்று சிரித்துக்கொண்டே அவனுடைய நெஞ்சின்மேல் சாய்ந்தேன்.

"புரட்சி வெல்லட்டும்..."

நான் சொன்னேன். அவன் என்னை அணைத்துக்கொண்டான்.

"உனக்குக் குழந்தைத்தனம் மாறவேயில்லை..."

நான் அவனுடைய நெஞ்சில் கன்னம் சேர்த்துச் சிரித்தேன். எனது கண்கள் மேலும் நனைந்தன.

"உலகத்துக்கு நாம தேவைப்படுறோம்."

அவன் எதுவும் சொல்லவில்லை. என்னை மிகுந்த பரிவோடு பார்த்துக்கொண்டிருக்க மட்டும் செய்தான். வெளியே மாலை மங்கிக்கொண்டிருந்தது. எனக்கு அவனிடம் இன்னும் அதிகமான காதலை உணர்ந்தேன். முப்பத்தைந்து வயதிலும் கன்னியாகத் தொடர்வது பெரிய முட்டாள்தனம் என்று எனக்குத் தோன்றியது. அவன் எனது ஆண். அவனுக்காகக் கரைவழியாக நடக்கின்ற ஒரு முதலையைப் போன்று இந்தப் பழைய உடலை இழுத்துக்கொண்டு நடந்து அலுத்துப்போய்விட்டேன்.

“சிலசமயம் எனக்குச் சாகணும்னு தோணும்...”

நான் அவனிடம் சொன்னேன்.

“சாகும்போது ஏரியில விழுந்து சாகணும்... என்னோட சவத்த நீங்கதான் நீந்தி எடுக்கணும்... அதுதான் என்னோட ஒரே ஆசை...”

“பைத்தியம் மாதிரி பேசாத பிரேமா...”

அவன் சொன்னான்.

அவன் நிலைகொள்ளாமல் அங்குமிங்கும் நடந்தான். நான் புல் பாயில் முழங்கால்மேல் தலை சாய்த்து உட்கார்ந்துகொண்டு அவனையே பார்த்துக்கொண்டிருந்தேன். இப்போதும் ஊரிலிருக்கும் பையன்களுக்குக் காமவித்தைகளைப் பற்றி வகுப்பு எடுப்பதுண்டா என்று நான் அவனிடம் கேட்டேன். அவன் மன்னிப்புக் கோரும் பாவத்தோடு சிரித்தான். பின்னர் அவன் மதுப் பாட்டிலை எடுத்து வெளியே வைத்து ஒன்றிரண்டு டம்ளர் குடித்தான். மதியத்துக்கு எப்போதோ வைத்த ஆறிப்போன சோறும் குழம்பும் எனக்குப் பரிமாறினான். நான் கண்ணீர் நிறைந்த கண்களோடு அதை வாரி உண்டேன். எனக்கு அது கடைசி இரவு உணவு போலத் தோன்றியது. உணவு உண்டு நான் முன்பு போலவே அவனுடைய நெஞ்சில் தலைசாய்த்துப் படுத்துக்கொண்டேன்.

“என்னை விட்டுப் போகாதீங்க...”

நான் அவனிடம் கெஞ்சினேன்.

“என்னை நீ நேசிக்காதே...”

அவன் இந்தமுறை அழவில்லை. ஆனால், குரல் இடறியது. நெடுநேரத்துக்குப் பிறகு அறையில் வைத்திருந்த மண்ணெண்ணெய் விளக்கு திடீரென்று அணைந்துவிட்டது. தொலைவில் உள்ள படகு

வீடுகளில் இருந்து மஞ்சள் வெளிச்சம் மின்னியது. அவன் தணிந்த ஈரமான குரலில் பேசத் தொடங்கினான். "உன்னால என்னைப் புரிஞ்சுக்க முடியாது. உனக்கு என்னோட மனசப் பார்க்க முடியாது. நான் இப்பவும் கடந்த காலத்தோட சிறையில இருக்கறேன். அது ஒரு வதை முகாம். உனக்குத் தெரியாது பிரேமா, நினைவுகள் என்னை ஆக்கிரமிச்சுக்கிட்டு இருக்குது. எனக்கு ஒருபோதும் அதுல இருந்து மீட்சி இல்லை. நான் காட்டிக்கொடுக்கறவன். என்னோட நாக்குல இருந்து விழுந்துட்ட அந்த ரகசியங்கள என்னால ஒருபோதும் திருப்பி எடுக்க முடியாது. நான் சபிக்கப்பட்டவன் பிரேமா. என்னை நீ நேசிக்காதே. அவள அவங்க உதச்சு நாசம் பண்ணினாங்க. என்னோட காதுல அவளோட குரல் இப்பவும் ஒலிச்சுக்கிட்டே இருக்குது. அவ அழல. மிகக் கடுமையா வலிச்சப்ப மீறிப்போனா அவ கொஞ்சம் முனக மட்டும் செஞ்சா. சிலசமயம் முணுமுணுத்தா. அவ தன்கூடவே போராடிக்கிட்டு இருந்தா. என்ன ஒரு தைரியம் அவளுக்கு. அப்படியொரு பெண்ணை என்னால அதுக்கப்புறம் ஒருபோதும் பார்க்க முடியல." உங்களுக்கு என்னைக் காண்பதற்குக் கண்கள் இல்லை என்று நான் கவலைப்பட்டேன். "நீ அந்தமாதிரியல்ல. சின்னப் பொண்ணு. பூ மாதிரி உன்னோட மனசு. அவ அப்படி இல்ல. காரிரும்பா இருந்தா. சுட்டுப் பழுக்கும்போதும் அவ வளையாம நின்னா. நீ அவளோட முகத்தப் பார்த்ததில்லை. வேதனைய உள்ளடக்கிய முகத்தப் பார்த்ததில்லை. தெய்வமே, அவளுக்குத்தானே நான் துரோகம் செஞ்சேன். அவளத்தானே நான் காட்டிக்கொடுத்தேன். என்னோட உயிர் போனாக்கூட நான் அவ பேரச் சொல்லியிருக்கக்கூடாது. நான் என்னமாதிரி ஆம்பளை. ஒருவேள, ஆம்பளையாவே இல்லாம இருக்கலாம். நான் வெறும் மிருகம். உனக்குத் தெரியாது, எனக்கு அதுக்கப்புறம் பசி அடங்கவே இல்ல. தாகம் தீரவே இல்ல. தண்ணி குடிக்ணும்னு தோணும். ஏரியில இறங்கிக் கிடந்து தண்ணி குடிக்கறதுக்கு முயற்சி பண்ணினேன். சும்மா தொண்டையாச்சும் நனைக்கலாம்னு. ஆனா, இல்லை தொண்டையில தண்ணி படவேயில்ல. தொண்டை நனையவோ நா வறட்சி அடங்கவோ இல்ல. அது ஒரு மோசமான அனுபவம். நான் மது குடிச்சிக்கிட்டு இருக்கறது அதனாலதான். குடிக்கறபோது தொண்டைக்குழியில ஒரு எரிச்சல் அனுபவப்படும். தீ எரியிற அனுபவம். என்னோட தாகங்கொண்ட தொண்டை பத்தி எரிஞ்சுபோகட்டும். அவங்க அன்னைக்கு எங்கள உதச்சு மிதிச்சதுக்குப் பின்னாடி சிறுநீர் கழிக்கப் போகும்போது அந்த எரிச்சல்தான் அனுபவப்பட்டது. உனக்குத் தெரியுமா, உடம்புல

தலையில இருந்து பாதம் வரைக்கும் அடிச்சு முடிக்கும்போது சிறுநீர் வெளிய வராது. ரத்தந்தான் வரும். சிவந்த அடர்த்தியான ரத்தத்துளிகள்...”

நான் அவனுடைய மார்பில் கிடந்து ரத்தத்தின் துவர்ப்புச் சுவையைத் திரும்பவும் உணர்ந்தேன். எனக்கு நெஞ்சில் மீண்டும் ஒரு தேம்பலுடன் அழுகை எழுந்தது. “பாசிசம் தொலையட்டும்.” நான் சொன்னேன். “நெருக்கடிநிலை அரபிக்கடலில்.” அவன் இன்னும் கொஞ்சம் சேர்த்தணைத்தான். “என்னோட பாவப்பட்ட பொண்ணே, நான் உன்னையும் காட்டிக்கொடுத்தது மாதிரி இருக்குது. அது வேண்டாந்தானே?” “எதுக்காக நீங்க என்னோட கிராமத்துக்கு வந்தீங்க?” நான் கேட்டேன். “அப்படி தனிப்பட்ட லட்சியம் ஒண்ணும் இருக்கல. சும்மா போய்க்கிட்டு இருந்தேன். ஏரியப் பார்த்ததும் பிடிச்சிருந்துச்சு. அங்கயே தங்கிட்டேன். என்னால தண்ணிக்குப் பக்கத்துலதான் வாழ முடியும். வாழ்க்கையில பலதையும் தண்ணீலதான் நான் இழந்தேன். நான் தூக்கி எறிஞ்சதும் என்னோட கையில இருந்து நழுவி விழுந்ததும் தண்ணியிலதான். அதையெல்லாம் நான் திரும்ப எடுக்கணும். முழுகித் தேடித் திரும்ப எடுக்கணும். உலகத்துக்குத் திருப்பிக் கொடுக்கணும்.”

அவனுடைய குரல் மோசமாக இடறிப்போயிருந்தது. அவனுடைய இதயத்துடிப்புகளுக்குப் பழைய பலம் இல்லை என்பதை நான் கவனித்தேன். ஓர் இடறலை நான் தெளிவாகக் கேட்கமுடிந்தது. “சுக்கயத்துக்கு அதுக்கப்புறம் போயிருக்கீங்களா?” நான் கேட்டேன். அவன் அதிர்ச்சியோடு என்னைப் பார்த்தான். “நானா? இந்த ஜென்மத்துலயா?” “நான் போனேன். நீங்க பள்ளத்தாக்குல எறிஞ்சதையெல்லாம் நான் மீட்டெடுத்தேன். இனி நாம ஒண்ணுசேர்ந்து அங்க போகணும்.” நான் அவனைச் சேர்த்தணைத்துப் பிடித்தேன். “வெறுமனே... அங்க போகும்போது சிலசமயம் நம்மளச் சுத்தி இறுக்கிக்கிட்டு இருக்கற இந்தக் கட்டுகளெல்லாம் அவிழ்ந்து போகுமா இருக்கும்.”

நான் அவனிடம் அப்பாவைப் பற்றிச் சொன்னேன். பேசும் சக்தியைக்கூட அப்பா இழந்துகொண்டிருந்தார். அப்பா, திருட்டுக் கண்டாரோளி மவளே என்று கர்ஜித்துக்கொண்டு என்னையும் அம்மாவையும் தலைமுடியைப் பிடித்து ஆட்டுவதை நான் அன்றைக்கு நடந்ததைப் போலவே நினைவுபடுத்தினேன். மிருகம் பரமேஸ்வரனைப் பற்றியும் அப்பாவின் கடிதத்தைப் பற்றியும்

நான் சொன்னேன். யூதாஸின் முகத்தில் அனுதாபம் நிறைந்தது. "சில மனுசங்க அப்படித்தான். மனுசங்களோட அழுகை அவங்களச் சந்தோசப்படுத்தும். அவங்களோட ரத்தம் அவங்கள உற்சாகப்படுத்தும்." அவனுடைய கண்கள் நிறைந்தன. "விரல்ல குண்டூசியக் குத்தி இறக்கின ஒரு போலீஸ்காரனோட முகத்த நான் நினைக்கறதுண்டு. தொப்பையும் அதுவுமா கஷ்டப்பட்டு அவன் மண்டிபோட்டு உட்கார்ந்தான். ஒவ்வொரு நகக்கண்ணுலயும் ரொம்ப சிரத்தையோட குண்டூசியக் குத்தி இறக்கினான். துடிச்சுத் துள்ளறபோது அவனோட முகத்துல கோபத்தப் பார்க்கலாம். குடிச்சு உணர்ச்சிகெட்ட நிலையிலதான் பலரும் எங்களச் சித்தரவதை பண்ண வந்திருந்தாங்க. ஒருமாதிரி இயந்திர மனுசங்கள மாதிரி இருந்தாங்க அவங்க. எனக்கு அப்ப நம்பறதுக்கு முடியாம இருந்துச்சு. ஆனா, இப்ப இல்ல.."

அவன் எனது மடியில் தலை வைத்துப் படுத்துக்கொண்டு கண்களைப் பார்த்தான். மங்கலான இருட்டில் அவனுடைய கண்கள் மின்னின. எனக்கு வருடக்கணக்காய் தாகம் கொண்டு வறண்டுகிடந்த நெஞ்சு குளிர்ந்ததுபோலத் தோன்றியது. வாழ்க்கையில் முதன்முறையாக அவன் அப்படிப்பட்ட ஒரு நெருக்கத்தை என்னிடம் காண்பித்தான். என்னை அவன் சொந்தப் பெண்ணாக ஏற்றுக்கொண்டதுபோன்று எனக்கு மகிழ்ச்சி உண்டானது. ஏதோ ஒரு பகிர்தல், ஒரு கொடுக்கல் வாங்கல் எங்களுக்கிடையில் நிகழ்ந்துகொண்டிருந்தது. நான் பதினைந்தாம் வயதில் இருந்ததைப் போன்று மலர்ந்து சிரித்தேன். எனது நாலுகெட்டு வீட்டைப் பற்றி அந்த நேரத்தில் நான் அனுதாபத்துடன் நினைத்தேன். அது அப்படியே இன்னும் சிறிது காலம் நிலைத்திருக்கும். என் தம்பி பெந்தகோஸ்துகாரர்களின் விரதப் பிரார்த்தனைகளுக்காக அதைத் தானமாக எழுதிக்கொடுப்பானாக இருக்கும். துன்பப்படுகின்ற விசுவாசிகள் சாட்சியம் சொல்லியும் தெய்வத்தின் கிருபைக்காக யாசித்தும் அழுது புலம்புவார்களாக இருக்கும். அப்பா அன்றும் உயிரோடு இருந்தாரென்றால் என்று நான் கேலியாகக் கற்பனை செய்து பார்த்தேன். அப்பாவுக்குக் காது நிறைய மனிதர்களின் அழுகையைக் கேட்பதற்குத் தெய்வம் அருளுமாக இருக்கும். ஏரியில் இருந்து தண்ணீர் எடுத்துவந்து அப்பாவுக்கு ஞானஸ்நானம் செய்வார்களாக இருக்கும். ஏரியின் கடும்பச்சை நிறத் தண்ணீர். நான் யூதாஸின் வறண்ட செம்பட்டை முடிக்குள் விரல் நுழைத்துக் கோதிவிட்டுக்கொண்டிருந்தேன்.

ஏரியின் நினைவுகள் எனது உடலில் குளிர்ச்சியைப் பரப்பியது. நானும் யூதாசும் நீந்திய தண்ணீர். மீன்கொத்தி, பரல் மீனை எடுத்துச் செல்வதுபோன்று அவன் என்னை வாரியெடுத்து மேலே கொண்டுவந்த அதே தண்ணீர். யூதாஸ் மெதுவாகத் தூங்கி வழிந்தான். நான் அவனுடைய கண்கள் அடைந்து வருவதை உற்றுப் பார்த்துக்கொண்டிருந்தேன்.

எனக்கு என்னிடமும் அவனிடமும் அனுதாபம் தோன்றியது. நாங்கள் இரண்டு பாவப்பட்ட மனிதர்கள். அவனுடைய மார்பை நான் மெதுவாகத் தழுவிக்கொண்டேன். ரத்தம் காய்ந்த காயங்கள் உள்ள மார்பாக இருந்தது அவனுடையது. மூச்செடுக்கும்போது மோசமான முனகல் உயர்ந்து கேட்டது. இனியும் தண்ணீரில் மூழ்கும்போது அவனுக்கு முன்பு போன்று மூச்சுப் பிடித்துக் கிடப்பதற்கு முடியுமா என்று தெரியவில்லை. தண்ணீருக்கு ஒவ்வொரு வயது கூடும்போதும் சக்தி கூடும். அதனுடைய சித்தரவதையில் அவனுடைய நெஞ்சுக்கூடு திரும்பவும் நெறிந்து நசுங்கி வெடித்துச் சிதறிப்போய்விடலாம். அவன் தளர்ந்து குழைந்துபோய்விடலாம். தோற்றுப்போன போராளியின் நெஞ்சில் தீ அணையாது. அவனது நெஞ்சுக்கூடு ஓய்வறியாது. தோற்றுப்போனவரைக் காதலிப்பவரின் நெஞ்சும் குளிச்சியடையப்போவதில்லை. யூதாசுக்குக் காவலாக நான் உறங்காமல் காத்திருந்தேன். என் பார்வை தப்பினால் அவன் மறுபடியும் தப்பியோடிவிடுவான். மறுபடியும் எத்தனையோ வருடங்கள் நான் அவனைத் தேடி அலைவேன். தண்ணீரில் கைவிட்டுப் போனதைத் திரும்ப எடுப்பதற்கான முயற்சியில் எஞ்சி இருக்கின்ற வாழ்க்கையில் இன்னும் எத்தனையோ நீர்நிலைகளில் அவனுக்கு நீந்தித் தளரவேண்டி வரும். எனது ஏரி தெளிவாக இருந்தது. மாலை வெயில் அதில் தங்க நாணயங்களை வாரி இறைத்திருந்தது. நிலவு அதில் வைரக்கற்களை உருக்கி ஊற்றியிருந்தது. அதன் ஆழங்களில் நிறைய ரகசியங்கள் புன்னகை நிறைந்து பிரகாசிக்கின்ற முகங்களோடு கெண்டைமீன் கூட்டங்களுக்கு இடையில் தலையில் கை கட்டி ஆழ்ந்து கிடந்தது.

விழித்தெழும்போது நான் அவனை எனது ஏரிக்கரைக்குக் கொண்டுசெல்வேன். நெஞ்சுக்கூடு பிளக்கின்ற வேதனையோடு நானோ அவனோ யார் பள்ளத்தாக்கில் இன்னொருவரை எறியப்போகிறோம் என்று யாருக்குத் தெரியும். சவத்தை நீந்தி எடுப்பதற்கு இருவரில் ஒருவர் கரையில் காவல் இருக்கவேண்டும்.

மீன்கள் கொத்திப் பவளப்பாறைபோலாகிவிட்ட சவங்கள் கரைசேரும்போது வெள்ளைத் துணி போர்த்துவதற்கும் ஊதுபத்திகள் பற்றவைப்பதற்கும் இருவரில் ஒருவர் உறங்காமல் காத்திருக்கவேண்டும். இருவரில் ஒருவர். ஒருவேளை, நாம் எல்லோரும்.